Malathi

Guttibhaskara Ramachendra Rao

శుద్ధపత్రిక.

పుట	పఙ్క్తి	తప్పు	ఒప్పు
5	1	నాటిక	నాటకము
,,	13	లేమనందురు	లేమరదురు
7	10	దూల	తూల
8	15	ప్రాప్తుడునగు	ప్రాప్తుఁడును
15	4	ఖలలనుఁగట్టి	ఖలలనుగట్టి
32	24	మల్లికా	మాలతీ
39	17	సచేత	సచేతన
49	19	వద్ద	నొద్ద
50	24	వద్ద	యొద్ద
51	2	యాడ	నాడ
53	21	ఘాతకా	ఘాతుకా
54	16	వాఁడు	దేవా
68	13	పంథుఁడు	ఫంథి
74	18	వెందుకే	వేటికే
78	2	యుండి	యంపి
83	9	నిటుల	నిట్టుల
84	25	కూళుఁడు	కూళఁడు
94	13	మూ	మా
94	15	అలరఁజూపె	అలరుఁజూపె

MR. G. B. RAMACHANDRA RAO, B.A., F.T.S.

198

పీఠిక.

ఈనాటకము కల్పితకథగలది. వ్యంగ్యప్రధాన మగుటచేత నావ్యంగ్యము శ్రీమద్రామాయణముగా స్ఫురించుచున్నది. ధ్వనిప్రధానమగుటచే నిది యుత్తమగ్రంథమని ప్రశంసింపఁదగియున్నది. అది యెట్లన్న, ఇందుం గథానాయకుఁడు కోసలదేశాధిపతి, చక్రవర్తి సుమనోభిరాముఁడు "నామైకదేశే నామగ్రహణ" మను న్యాయముచే రాముఁడేయని గ్రహింపందగు. సుమనశ్శబ్దము మాలతీ (జాజీ) వాచక మగుటచేఁ గథానాయికకు మాలతియని పేరిడఁబడియె. మఱి యామాలతి వసుమతీసుతయగుటచే భూపుత్రియైన సీతయని స్ఫురించును. వసుమతీభర్తయైన వసువర్మ జనకరాజని యెన్నఁదగియుండెడు. సుమనోభిరామునితల్లి ప్రభావతి ప్రసిద్ధురాలైన కౌసల్యయని తోఁచెడు. కథానాయకునియొక్క మేనమామ వీరసేనుఁడు వానరసేనాపతియైన సుగ్రీవుఁడని కనుపట్టు. భల్లూకభట్టు జాంబవంతుఁడని పొడకట్టు. రామాయణమున హనుమంతుఁడువోలె నిందు జాంబవంతుఁడు ముఖ్యుఁడుగ భావింపఁబడెనని స్ఫురించు. గురువు కౌశికుఁడు విశ్వామిత్రుఁడనుటస్పష్టము. మాలతిమేనమామకొడుకైన భీమవర్మయు, దొంగలతేఁడగు దుష్టబుద్ధియు, మాలతీస్వయంవరమున ధనుర్విద్యాపరీక్షయందుఁ బరాజితులైనవారు. మఱియు దుష్టబుద్ధి రావణుఁడనియు, భీమవర్మమారీచుఁడనియుం దోఁచును. వృషుఁడు విభీషణుఁడనియు, నర్మద త్రిజటయనియు నగపడును. కథానాయకుఁడు సన్యాసివేషమును దాల్చెననుటచే రాముఁడు ఋషివేషమును ధరించెననుట స్ఫురించును. వనమున నడవియు జలమునగుటచే నిక్కడ సుమనోభిరాముఁడు వనసంచరణమును వ

నధి (సముద్ర) తరణమునుం జేసెననుట తోఁచును. ఇక్కడ మాలతీసు మనోభిరామ వివాహమహోత్సవమే అక్కడ శ్రీరామవివాహ పట్టాభి షేకమహోత్సవముగా నెన్నఁబడినట్టు పొడకట్టు ఈ రూపకము వివా హమంగళము తుదఁగలది కాఁబట్టి సంతోషపరిణామమని ప్రశంసింపఁ దగియున్నది. మఱి శ్రీమద్రామాయణధ్వని ప్రధానమగుటచే ‹‹ సంత తి సంపద్రామాయణతః ›› అని యుండు నభియుక్తోక్తి ననుసరించి యీ కృతి యైహికాముష్మిక సుఖప్రదమనుటయేగాక, మోక్షఫలప్రదము గాఁగూడ నౌనుగాన సర్వోత్తమమని సర్వసుమనులచేతం బేర్కొనం బడుచున్నది.

ఈరూపకము శ్రీమద్రామాయణకథయే ధ్వనిగాఁ గలదగుటచే త నిందలి గ్రాహ్యాంశములు వేఱుగా వక్కాణింపనక్కఱలేదు. ఐనను, ఈనాటకమందలి గ్రాహ్యాంశములెల్లరకు న్వెల్లడిఁజేయుట యిక్కాల మున మిక్కిలి దగియుండుటచేతఁ దద్విషయము లిక్కడ నొక్కింత వ క్కాణింపఁబడియె.

1. కన్యకు యుక్తవయస్సువచ్చినపిమ్మట నే వివాహము కర్తవ్యమనుట.

2. కులగోత్రములు దగియున్నను బాంధవ్యము నెక్కొనియున్నను, ధనసమృద్ధియున్నను, వరునికి సుగుణసంపదయు స్వశక్తి లేనప్పుడును, అట్టి వరునికాకన్యకకుం బెండ్లిచేయఁదగదనుట. కన్యకావిక్రయము గావింపఁగూడదనుట.

3. రాజు లెంత శక్తిమంతులైనను, ఎంతటి మతిమంతులైనను, మంత్రుల యాలోచనతోనే కృతకృత్యులు గావలయుననుట.

4. ప్రజలు ప్రభుభక్తిపురస్కృత సత్ప్రవర్తనచేతనే కృతార్థులుగాఁగలరనుట.

5. ఎంతటి సన్నిహితబంధువులలోనైనను, అయోగ్యులు స్వప్రయోజనైకపరులై, యందువలనఁ గృతఘ్నులై మోసకారులై మీఁదుమిక్కిలి తమవారికే యెన్నెని హానులఁ గలిగించి పొగిలించెదరు. గాన, మానవులు దమబంధువులయందేనిఁ దద్వ్యాపారముల నారయక యొప్పరికించి యుండఁగూడదనుట.

6. దుష్టులు దుష్టులతోనే చేరుదురుగాని శిష్టులతోఁ జేరనేరరు. కాఁబట్టి దుష్టసావాసముగలవారికి దుష్టులనియే యెంచఁదగుననుట మఱి వారిలో నెండొరు లొకరికొకరు కీడుచేయుచుం దుదకు దమరుం గుందు బొందుదురనుట.

7. ఎంతటి గొప్పవారైనను విఱ్ఱవీఁగక కాలోచితముగ వినీతవర్తనులై మెలఁగవలయుననుట.

8. నిజమైన నెయ్యుఁడొకఁడున్న నెట్టి యిక్కట్టులనైనను దొలఁచికొని సుగ మెనయవచ్చుననుట. ఆపత్కాలమునం దుపకరించువాఁడే మిత్రుఁడును ఆపద్బాంధవుఁడని యెన్నఁదగుననుట.

9. ధీరుఁడు దనకెన్నియిడుములుదొడరినను దనధైర్యమును మానక దిటవూని యోపికతో నాపదలఁగడచి సంపద లనుభవించుఁగాన మానవుఁడెన్నఁడును ధైర్యమును గోలుపోవరాదనుట.

10. స్త్రీసదాసుచరిత్రయగుటచేతనే తాను మానవతియని పేరొందుటయేకాక, తనపుట్టినింటికిని, మెట్టినింటికిని, గౌరవాధిక్యముఁగలిగించి వెలయించుననుట.

11. మోసముచేసిన నది యేనాటికైనను బయలుపడి యగడుగుడుపక మానదుగాన మోసముచేయరాదనుట.

12. దుష్టబుద్ధి నికృష్టవ్యాపారములఁజేసి కష్టముజెందుట స్పష్టమనుట.

13. శిష్టులు కర్మవశమున నానాకష్టములు జెందినను తమ సుచరిత్రముచే భగవదనుగ్రహంబునం బహుసుఖంబులం బడయుదురుగావున నెటువంటిసంకటములందైనను మానవులు తమధర్మమును మానరాదనుట. ఇంక నీగ్రంథమందు గ్రాహ్యములైన హితాంశములు మంజూషయందు మణిభూషణములవలె నెన్నే నున్నవి. ఈ కృతినాయిక వసుమతీసుతయఁట ! ఈకృతియు మాలతియఁట ! గుణరత్ననిధియని యెన్నఁదగకున్నె ?

మహామహోపాధ్యాయ

కొక్కొండ వేంకటరత్నశర్మ

శ్రీ

మాలతి.

నాంది

మ. సిరి లేనవ్వుల మోముదమ్మి గులుకం జెల్వంపువాల్చూపులన్
సరస న్నవ్వరికింప దోసిళుల సేసల్సల్లఁ బుణ్యాంగనల్
వరుస న్దీవిచు స్వస్తిఁ జెప్పఁగ ద్విజవ్రాతంబు శ్రీరాముఁ డీ
పురి మత్తేభము నెక్కి వచ్చె నదె మాపున్నెంబు లింపొందఁగా.

(నాంద్యంతమున సూత్రధారుఁడు పుష్పాంజలినిజల్లి)

ఔరా! ఏమిది? ఇంకను నటిరాకయున్నది. కారణము? (కొంతయో చన నభినయించి) కారణమా? యువతిజనసాధారణమే.

చ. కురులను దువ్వి దువ్వి నెఱిగొప్పు నమర్చి యమర్చి కుంకుమం
బరయుచు దిద్ది దిద్ది మొగ మద్దమునంగని దిద్ది దిద్ది సుం
దరు లెటఁ బొద్దుఁ గానరు వృథా మగవారలనోళ్ళు నొచ్చుటే
సరి సరి బోంట్ల నమ్మఁ గొనసాగిన కార్యము లుండునే ధరన్.

నటీప్రవేశము.

నటి—నాథా! ఇదే జోహారు.

సూత్ర—ఓసీ! పూజ్యులగు సభాసదులు వేచియుండు టెఱుఁగవా?

నటి—(సభ్యులంగని) ఆర్యులారా! మన్నింపుఁడు.

సూ—చ. కవిబుధచంద్రులౌ కౌఁడ సుఖస్థితులై కన రాజ్యపూజ్య గౌ-
రవరుచి మించి మించదె పురంధ్రి

నటి— అదెంతటికార్యమార్య ?

సూత్రి—నీనవరసకౌశలాభినయ నాట్యచమత్కృతిఁ జూడవచ్చి రీ
ప్రవిమలమానసు ల్సుకృతభాగ్యము గాక మఱేమి ?

నటి— యుక్తమే.

సూత్ర—కావున నిమ్మహామహులు హర్షంబుఁ గొందు నదియ మనకుఁ గనకవర్షం
బు. ఇంతయకాదు. వీరి సన్నిధానమే సన్నిధానము.

గీ. తమము నడఁగించుఁ గడు సువశమునుఁ బెంచు
కర్మలతఁ ద్రెంచు సుజ్ఞానకళను నించు
సుఖము నెసగించు స్థైర్యవిస్ఫూర్తిఁ మించుఁ
బూజ్యభాషణములె దివ్యభూషణములు.

మఱియును,

గీ. అనుభవజ్ఞానసంశ్రయ మజ్జులకిలఁ
బరగఁ గైయూత తెలివికిఁ బట్టుఁగొమ్మ
గుణపరీక్షణనికషంబు కోమలాంగి
యిట్టిసభ మెప్పు జగముల నెల్లఁ గప్పు.

నటి—మీరు వాక్రుచ్చినది నిక్కమే; కాని, వేళకాలపాత్రక్రియాభేదంబుల
ననుసరించి మనోధర్మంబులు భిన్నభిన్నంబు లగుచుండ నందఱ నలరింప
మాటలా ?

సూత్ర—అటులనుటేల ?

చ. సురుచిరయుక్తియుక్తమృదుసూక్తులఁ గొందఱు శ్లేషఁ గొందఱున్
సరసపదక్రమస్ఫురణచాతురిఁ గొందఱు శయ్యఁ గొందఱున్
గురులసదర్థవైఖరులఁ గొందఱు నందఱు నొక్కపెట్టునం
దర నలరించు నార కవితావనితామణి ధావరించినన్

నటి—అట్టికవిత్వ మీకాలంబున నెట్లు ఘటిల్లు ?
సూత్ర—మగువా ! నీకుంగూడ నిట్టి భ్రాంతియా ? అక్కటా ! సారగ్రాహు
లరుదు కదా !

ఉ. కాలము గౌరవప్రదము కావ్యరసజ్ఞత లేనివారికిన్
హాలహలాకృతు ల్గృతులు నాధునికంబు లఁటన్నమాత్ర ని
క్కాల మతిక్రమింప నవ కావ్యము యోఁగద యాదికావ్య మం
చేల తలంపరాదు గణుతింప విచిత్రము నీదువాక్యముల్.

నెలఁతా ! పౌరాణికంబులైన నేమి యాధునికంబులైన నేమి రసజ్ఞులుదిద్ప
క్షువులుగా నుండిన అసారంబులని యెన్నఁబడిన కావ్యములు సయిత మొ
క్కెడ సారవంతములై చెలంగు.

గీ. నెరసులున్నఁ గొన్ని నిరసింపరు రసజ్ఞు
లరసి రసముఁదీసి యనుభవింత్రు
పంకజాతమిద్ది పనియేమియని తేఁటి
పోనె ? పూని తేనె లానుఁగాని.

నటి—ఆర్యపుత్రా ! భవితవ్య మేమి ?
సూత్రి—కాంతా ! పురాణకథాప్రధాననాటకంబులు చర్వితచర్వణంబులవుట
నవి యిప్పు డభిరుచింపవు.
నటి—అవి యభిరుచింపవు. కల్పితకథాప్రధాననాటకములుం బెకుర లిప్పటి
వి కానరావు.
సూత్రి—చాలు ఊరకుండుము "మాలతి" యను నాటకముజ్ఞప్తికి రాలేదా?
నటి—ఏమేమి ? మాలతియా ? ఎందులోనిది ? కవి యెవడు ?
సూత్రి—ఎందులోనిదన్నం దనలోనిదే. కవియన్ననో

గీ. సతత పంచాక్షరీమంత్ర జపగరిష్ఠుఁ
డలరు శ్రీరామకృష్ణార్యుఁ డతనిసుతుఁడు
రామచంద్రుఁడు జానకీరామఁగూడి
వన్నెఁగాంచెడి భాస్కరాన్వయము వెలఁగ.

మఱియు నతనికి

ఉ. వేంకటలక్ష్మమాంబ గుణవిశ్రుత సాధుచరిత్ర తల్లి; ని
శ్శంకదయార్ద్రచిత్తు లనుజన్ములు సుబ్బయు, సింగయార్యులున్,
వేంకటరామశర్మయను వేత్తయు; నందఱ కగ్రజాత యే
వంకరలేని భవ్యగుణబంధుర వేంకటసుబ్బమాంబయా.

కబ్బంబన్ననో మృదుమధుర సమయోచితరసాలశాలమై రసాలఫలంబు చాలువున మాధవానుగ్రహపాత్రముగా నుండు నదె కనుంగొనుము.

చ. నెలకొని మావికెంజిగురునీడల జోడుగఁ బాటఁబాడు కో
యిల లవె కాయ పిందియల నేర్పడ ముక్కులనొక్కి చల్లు రా
జిలుకలఁ జూడు పూఁబొదలఁ జిప్పిలు తేనియ లాని తేంట్లు పె
ల్లలరెడు గాంచు మార తరమా వరమాధవు నెన్నఁ జాతురిన్.

నటి—ఇటు గనుంగొనుఁడు.

చ. మగఁటిమి మారునాజ్ఞఁగొని మాధవుఁ డొయ్యనఁగన్నఁగీటుఁ దాఁ
బొగరునఁ బూలఁ జుట్టికొని పొంగుచు నార్చి మధువ్రతాళి ము
జ్జగముల జైత్రయాత్ర నెసఁ జాటఁగ నంతట మేలుకాంచి కెం
జిగురులబాకు లూని జగజెట్లుఁగఁ జెట్లు చెలంగ నల్దెసన్.

(తెరలో కలకలము)

సూత్ర—నిలు నిలు మాళవపతియగు వసువర్మమహారాజుగారు దేవియగు వసుమతీదేవింగూడి మంత్రశాలకు వచ్చుచున్నవారు. మనమిచ్చటనుండుట యనుచితము. కొమ్మా! రయమ్మున రమ్ము. పోవుదము.

ఇది ప్రస్తావన.

మాలతి—నాటిక.

ప్రథమాంకము

రంగము

(మాళవదేశములో ఉజ్జయినీనగరియందు మంత్రశాల అందు వసువర్మ, వసుమతీదేవి, మంత్రి సునీతియు ననువారి ప్రవేశము)

వసు— సునీతిశర్మా! ఇఁక నీయభిప్రాయ మెట్టిది?

సునీ— ఏలికా! కన్నవారలకు బిడ్డలందుఁ గల మక్కువ మాబోంట్ల నిట్లడిగింపుచున్నది. కాని, మీ రెఱుంగని దిందేమున్నది. మీయన్నముఁ దినుచున్న మాకు భావ్యమని తోఁచినసంగతి మీరడుగకున్నను విన్నవింపవలసినది సచివధర్మమేకదా! వరునియందరయదగిన యంశములు, విద్య, సాంప్రదాయము, వివేకము, ఆరోగ్యము, ప్రాయము, అట్లుగాక డబ్బుకలవాఁడనియు, సన్నిహితసంబంధ మనియు, రాకపోకలకు వీలుగ నుండుననియు, నాలోచించి విపరీతవర్తనునికిఁ గన్యకం గట్టిన వివేకులేమనందురు? కావున, నీభీమవర్మసంబంధ మంతయుక్తముగాఁ గన్పట్టదు. మేనఱికమునంబట్టి మీ నీడను మహారాజుకొడుకువలె మనుచుండి నెమ్మదినుంట మాని దుష్టులఁ ద్రాగుఁబోతులఁ జూదరులం గూడి త్రిమ్మరియై తిరుగుచుండు ఇతఁ డెక్కడ మన మాలతి యెక్కడ "నక్కయెడ నాకలోక మేడ" యుక్తాయుక్తంబు లించుకయైన విచారింపవలదా! వినయసౌశీల్యాది గుణసముద్ర యగు మాలతి నీతనికింగట్టిన "కాకిముక్కునకుం దొండపండు గట్టినట్లుండు"

వసుమతి— మంత్రివరా! నిజముఁ జెప్పితివి. లోకములో సామాన్యముగా నింగితజ్ఞులగుమంత్రులు ధర్మబద్ధులుగాక ముఖప్రీతివచనము లాడి స్వోదరపూరణపరాయణులై యుందురు కాని నీవంటివా రుండు టరుదు.

వసు— ఇంతకు మనమాలతియభిప్రాయ మెట్టిదో? ప్రాప్తవయస్కయగు బాలికవిషయమున మనము వరునియొక్క కేవల కులశీలనుల విచారింపఁదగినవార మేకదా?

వసుమ—ఔను. "శంఖమునఁ బోసినఁగాని తీర్థము కానేరదు." మన మాలతిని సుమనోభిరామచక్రవర్తికిం గూర్చిన,

సునీతి—మానికంబును: దరణిఁ బట్టినట్లుండు.

వసు— మీరు "స్వర్గమునకు సోపానములఁ గట్టుచున్నారు" రాజరాజగు సుమనోభిరాముఁడేడ మనమేడ "వియ్యమునకుఁ గయ్యమునకు నెయ్యమునకు సమతవలయు" నని వినమా? "అందనిమ్రానిపండ్ల కఱ్ఱు సాపనేల?" అట్టిభాగ్యము మనకు లభించిన "పిచ్చుకుంటిపై భాగీరథివచ్చినట్లుండదా?"

సునీతి— రాజన్యమాన్యా! మనమాలతి సుమనస్సామ్రాజ్యపద ప్రాప్తికైనం దగునన, భూపతు లెంతవారు వాత్సల్యాతిశయమున మీ రెఱుంగరు కాని, నిష్కళంకక్షత్రియకులసంభూతులగు మీ కాచింత యేల సుమనోభిరాముఁడు మాత్ర మున్నట్టుండి మింటనుండి యూడి పడెనా?

వసు— సచివోత్తమా! ఇందులో నెన్నియో చిక్కులుకలవు.

వసుమ— కన్యకనిమ్మని వారైవచ్చిన నుచితముగా నుండును కాని; మనమే ముందుపడు టెట్టిది ఒకవేళ వారు మా కక్కర లేదన్న-

వసు— అదియే నేనాలోచింపుచుంటిని.

సునీతి— రాజోత్తమా? "ముంజేతికంకణమున కద్దమేల?" క్షత్రియులకు స్వయంవరవిధి విహితమే కదా. ఇట్లని యాచక్రవర్తికి లేఖ నంపినం బోలదో కాని యెట్లు?

వసుమ— బాగు బాగు సమయస్ఫూర్తి యిట్లుండవలదా?

వసు— మంత్రీ! తక్కిన కార్యభాగము లన్నియు నీయందు నునిచితిని ఔచిత్యంబుం బర్యాలోచింపుము. పొమ్ము. మేమును మాలతిం గని యింగిత మెఱింగెదము. దేవీ! రమ్ము.

(నిష్క్రమింతురు)

---

2 వ రంగము.

కోసలమున రాజగృహము.

(ప్రభావతి- రాజమాత, కళల- సఖి, కౌశికుఁడు- ఆచార్యుఁడు
ప్రవేశము)

ప్రభా— గురువరా! ఆశలు వీచీతరంగన్యాయము ననుసరించి బ్రదికినన్నిదినములు ప్రాణుల బాధించుచుండును

గీ. ధనము దారయుఁ బుత్త్రుండు ననెడు పురులు
మూఁడు పెనవేసి సెలగోల త్రాఁడుఁ జేసి
ఆసమది వారువమును నా యాసగతుల
దోలు నెడలేక జీవుఁడు దూల వెతల.

గీ. వయసు దాఁటినకొలఁది నిం ద్రియములోలిఁ
జేవ చెడి మాయుఁ బూర్వంపుఁ జేష్ట లుడిగి.
తృష్ణ యటుగాక తారుణ్య తీవ్రదశను
గనును బలి యజ్ఞశాల వా మనునిభంగి.

కౌశి— అమ్మా! అనేకజన్మవాసనాపరికల్పిత మగు సంసారచక్రలక్షణ మే యిట్టిది. ఈసంసృతివృక్షమున కాశయే మూలము. మధ్యాహ్నదరిద్రులు జీవనాధారము సిద్ధించినఁ జాలునందురు. అదిలభించిన, నైశ్వర్యసంపన్నులైనం బాగుండునందురు. అదియు నొనఁగూడఁ బ్రభుత్వమునకు, డాంభికములైన బిరుదులకు నేకారుదురు. పుత్త్రులం బడసి వైరాగ్య మూనెద మని కొందఱు దలంచి వా రుదయించిన నుపనయనవివాహాది క్రియలం బరిపూర్తిఁ జెందించి యట్లు గావించెద మన్నియు. పౌత్రముఖావలోకముఁ జేసి సన్యసించెద మనియు తొండమావులంబో జలభ్రాంతిచే దారికి దూరగులగు బాటసారులకైవడి జలబుద్బుదప్రాయమగు నాయువుం దిరమ్మని నమ్మి యంధపరంపరాన్యాయమున మృత్యువునోటం బడుచుందురు. ఇది లోకవైచిత్ర్యము.

కుశల— విదితవేదితవ్యులగు తమవంటివారి కానిబ్బరము కల్గుంగాని సామాన్యులగు మాకెట్లు సాధ్యము?

ప్రభా— అందులో క్షత్త్రియులకు.

ఆ. రత్నఖచితమకుట రాజితమూర్ధంబు
చూడ మేడిపండు సొబగుమీఱు
లెక్కలేనివగలు పెక్కులు లోలోన
చెప్పవేయనీక చొప్పుచుండు.

కౌశి— కాని, స్త్రీలకు మీ కా విచారమేల?

ప్రభా—"స్త్రీమూల మిదం జగత్తు" ని మీబోంటియభిజ్ఞు లనుచుందురు కదా.

ఆ. పెక్కువగపులనెడు పెనుబాములం గల
మొగలిచెట్టె చుమ్ము యోగి జగంబు
దీనిమూల మయిన స్త్రీ దుఃఖరూపంబ
వేపవిత్తు చూత వృక్ష మగునె.

ఇంతేల? మంచిచెడ్డ లనుభవించితిని. తుల లేనిసిరుల నోలలాడితిని. అధికారగౌరవములం గల్గి చక్రవర్తిపదప్రాప్తుడ నగు ప్రాప్తయావనుండైన తనయుంబడసితిని. ఇంక నైన నివృత్తిమార్గ మాలోచించుకొంద మన్నం బుత్త్రి ని వివాహప్రతిబంధము సైంధవుండై యడ్డుపడినది. నా మేనకోడలగు నిందిర నిచ్చి వివాహము చేయింపవలసినదని దానితండ్రి వీరసేనుండు బ్రతిమాలుచున్నాడు. నాకును తోడబుట్టు వొక్కండే. ఏకపుత్త్రివిషయమున నంతమాత్రమే నియ్యకొనకుండినం బుట్టినింటిసంబంధ మింతటితోం దీఱునుగదా. [redacted] మనోభిరాముండు కన్యక కీడుచాలదు. నాకక్కఱలేదనుచున్నవాండు. వివేకి యగుకొడుకుతో నే నేమని ముచ్చటింతును. "ముందర నూయి వెనుక గోయి" ఈధర్మసందేహము నాయెముకనంటి బాధింపుచున్నది. తా మెట్లో చెప్పి నాతనయు నొడంబఱచిన బాగు. నాకుమారుం డరుగుదెంచు వేళ యైనది. మేము వెడలెదము.

కౌశి— నాకును అహ్నికావసరముగా నున్నది. వెళ్ళెదను.

(నిష్క్రమింతురు)

3 వ రంగము- వింధ్యాటవి.

భీమవర్మ ప్రవేశము.

భీమ— ఔరా! ఈమాళవుని కింత పోతరమా? మేనమామ యని యిన్నాళ్ళూరకుంటిని. ఇఁక నేనా, వీఁడు కన్యక నిచ్చిన నెంత? యియ్యకున్న నెంత? నా సామర్థ్యము నెఱుఁగఁడు. మాలతీస్వయంవర మెట్లు తెల్లవాఱునో నేఁజూడకపోదునా? నేలఁబెట్టి కాల రాచెదను. నాయిష్టుఁడైన దుష్టబుద్ధికి ధూపము వేసెదను. వానికిట్టి కార్యములు నీరుద్రాగినట్టు. చిటికెలోనట్టి కార్యమైన నెఱవేర్పఁగలఁడు. నేనాదొంగలరాయనింజూచివచ్చెద. (నిష్క్రమించును)

(దుష్టబుద్ధి- పరిచరులగుదొంగలతోఁ బ్రవేశము).

దొంగలు —హాయి. హరిహరసురలకభేద్యంబుల్, హరికరిశరభగణాఢ్యంబుల్
పరమరహస్యము లగుమననెలవులు, పరికింపఁగ దుస్సాధంబుల్
అరిమురి వనతరు లరుదారఁగ, ఖరకరకిరణము లెట దూరఁగ
తెరవు ల[illegible]ఁగక తిరమగుచీఁకటి, తరువులతెరగున చెలువారఁగ
తెరువరు లెఱుఁగక యిట రాఁగ, బరువు వారలది విడిపోఁగ
మఱి వైతరణిం దాటుట కనఁగ, మరణమ శరణం బగు వేగ.

దుష్ట— మిత్రులారా! మీ కాచింత యేల? సుమనోభిరాముఁడు కాఁడుకదా? మూఁడుకన్నులవాఁడగుఁగాక. నిన్నమొన్నటి రాచబిడ్డఁడా నన్నుఁ జిక్కించుకొనుట. ఇయ్యడవులంజొచ్చిన యదృష్టహీనుఁడెఱచేతఁ బ్రాణంబులు పట్టుకొని తిరుగవలసియుండును. "హనుమంతునెదుటఁ గుప్పిగంతులా" ఈగుడ్డిబెదరింపులకు బెదరెదననుకొనెనా? గ్రద్దవచ్చి పిల్లను [illegible]రించె నన్నట్లు ఇట్టిదాసరు లెందఱైరి.

మ. హరిభల్లూక వరాహ ఖడ్గమహిష వ్యాఘ్రోర్భటీభీకరం
బురువల్మీకనికుంజకీచకశిలా త్యగ్రప్రకీర్ణంబు ని
ర్ఝరకాంతార నగాగ్రచుంబితనభోభాగంబు వింధ్యాటవిం
దరమా నన్ జెనక న్మహాబ్ధి మకరిం దార్కొన్న శ్వానం బెటన్.

౧ దొంగ—ఏలికా! అచ్చక్రవర్తి మనపైకి వచ్చునన్న వార్త నీలివార్త. నే నమ్మను. మనయునికిపట్టును, ఇందుబాటసారులఁ గాళికకుఁ బలిపెట్టువిషయమిఁకను లోకులకుఁ దెలియదనియె నానమ్మిక.

౨ దొంగ—మననమ్మికలకేమిలే "పిల్లి కన్నులు మూసికొని పాలు త్రావుచుఁ దన్నెవరును జూడలేదనుకొనుచున్నది".

౩ దొంగ—తన సామ్రాజ్యమునకుఁ గంటకప్రాయులుగా నున్న మనల నున్మూలింప నాచక్రవర్తి తన మేనమామ వీరసేనుని నియమించినాఁడను గాలివార్త కలదు.

దుష్ట—కనుక మనమిప్పు డొడలంతటం గన్నులు కలిగి మెలఁగవలయు. ఇంతలో వృషుఁడు రానేవచ్చును. అప్పటికిఁగానికర్తవ్యాంశము తేటఁపడదు.

భీమవర్మ ప్రవేశము.

భీమ—(తనలో) ఔరా! "నెతకఁబోయినతీఁగ తనకాళ్ళ కేతగులుకొన్నట్లు" దుష్టబుద్ధి యిచ్చట నాకుఁ దటస్థించెను. మంచిది. మంత్రముఁ బ్రయోగించెదను. (ప్రకాశమున) ఓహో! ఇదేమియాశ్చర్యము! మిత్రమా?

దుష్ట—ఏమోయి! భీమవర్మా నేనెవ్వరోయనుకొంటిని.

భీమ—మఱెవ్వరి కింతధైర్యము. ఇతరుఁడైన "వంటయిల్లు కుందేలు చొచ్చినట్లుండదా"

దుష్ట— మేము లోకాభిరామవార్తలు ముచ్చటించుకొనుచుంటిమి. నీవును కాకతాళీయముగా వచ్చితివి. మాళవదేశమునుండి వచ్చితివి కదా! నీకక్కడ మాప్రస్తావమేమైన వినవచ్చెనా?

భీమ—మీప్రస్తావము లేనిదేశము కలదా? దుష్టబుద్ధి కలలో నగపడ గడగడ వడఁకనిధనికుఁడు గలఁడా? వింధ్యాటవికిఁ జుట్టుపట్టుల ముప్పదియామడల ప్రదేశమందు ఆయాదేశముల బాధింపమని మీరు మాటయిచ్చిన నచ్చటి ధనికులందఱు గ్రామమున కింతయనియు, సంస్థానాధిపతులు సంస్థానమున కింతయనియుఁ, గప్పము నేటేట మీకు సమర్పించుకొనుటకుఁ గొన్ని యాలోచనలు జరగుచున్నవి. అయిన దానికిఁబ్రతిబంధము గొప్పదొకట

టి కలదు. ఏమని చెప్పుదును! చెప్పితినా "తా నెక్కిన చెట్టుకొమ్మను తానే నఱుకుకొన్నట్లు లగును." చెప్పనయితినా, మిత్రద్రోహఫలము చేకూఱును.

దుష్ట—భీమవర్మా! చాలింపు నీశ్రీరంగనీతులు. ఉన్న దేమో వెళ్ళఁగ్రక్కు.

భీమ—ముందటి కార్యము లెట్లున్నను అడిగినప్పుడు చెప్పక తీఱదు కదా! దీని కంతయు మా మేనమామయే మూలము. ఆమాళవుఁడు చోరునితో నిట్టిసంధి క్షత్త్రియుల కుచితమా? పౌరుషహీనమైన బ్రదుకు బ్రదుకుటకంటె మరణము మానఁగదా యని యుపన్యసించి కొంతమంది రాజన్యుల మనంబులు మరల్చి చక్రవర్తి యగు సుమనోభిరామునితో రాయబారము జరపుచున్నాఁడు.

దుష్ట—మిత్రులారా! మనమనుకొనుచుండిన వార్త కిదియే మూలమగునోపు.

దొంగలు—తప్పదు. తప్పదు.

దుష్ట—(భీమవర్మం గాంచి) కాని, పిమ్మట?

భీమ—తన పుత్త్రిక నా సుమనోభిరామున కిచ్చునట్లు నిష్కర్షించుకొని యొక స్వయంవరము నిమిత్తమాత్రమునఁ జాటింపించెను.

దుష్ట—అయిన నీపని సున్నయా?

భీమ—నాపని మాట యెట్లుండినను సుమనోభిరాముఁడును, మాళవుఁడు నొక్కటైన మీపని యేమగునో విచారించుకొనుఁడీ.

దుష్ట—మీమామ యింతటివాఁడటోయి!

భీమ—శకునికి మేలుబంతి పెట్టినవాఁడు కదా! అతనియాశ కవధిలేదు. ఆకాశమునకు నిచ్చెనను వేయుచుండును.

దుష్ట—అది నిలచిన నాఁటికి చూచుకొందము. నాముందరనా వీనితంత్రములు? చూడు నాతిరుమంత్రము. కాని, స్వయంవర మెప్పుడు?

భీమ—ఇఁక రెండు నెలల నాఁటికి. అదికాకుండఁ జేయవలెను. "ఆలస్యాదమృతం విష" మ్మని యుండుఁగద? ఆస్వయంవర మిఁక నెన్నిదినములో లేదు.

౧ దొంగ—అది యెట్లు సాధ్యము?

భీమ—కన్యకను మాయము చేయవలెను. (అని చెవిలో)

దుష్ట—అట్లయిన నీయాభారమంతయు నీదే. నీకుఁదగిన పరిచరులఁ దోడుగా నిచ్చెదను. నాటికి నేనును వచ్చెదను.

భీమ—సరి ఆలాగే. మీకు మూఁడు దినములు ముందుగానే చెప్పి యంపెదను.

దుష్ట—(భటులం గని) మీరీ భీమవర్మతో వెళ్ళుఁడు. కత్తిమీఁద సాము జ్ఞప్తియుంచుకొనుఁడు వెళ్ళుఁడు. (అందఱు నిష్క్రమింతురు)

సుమనోభిరామచక్రవర్తి, కౌశికుఁడు, విదూషకుఁడును,

(ప్రవేశించుచున్నారు.)

కౌశి—సార్వభౌమా! సమస్తధర్మములకు మూలము వివాహము. అది పురుషుని యుత్పథప్రవర్తన కంకుశము. పాపకార్యముల కెడమియ్యక దయాదాక్షిణ్యాది సుగుణసంపదల కాలవాలమై ప్రజల కనుబంధ మెక్కుడుగఁ గల్గించును. దురభిమానముం బోగొట్టి సంతుసెగడున నెల్లప్రాణులందు సమరసభావ మతిశయిల్లం జేయును. భార్యకర్ధాంగియని ప్రతీతి. దానిం జేపట్టినఁగాని పురుషుండు పూర్ణుండు కాఁడు. ఒంటి తెడ్డుచేఁ బడవయు నొంటి ఱెక్కచేఁ బక్షియు నెట్లు తమగమ్యస్థానముం జేరఁజాలవో అవివాహితుఁడు నట్లే తనజన్మయాత్ర నిర్వర్తింపఁజాలఁడు. విషయమిట్లుండ నీ పట్టుదల నాకంత భావ్యముగఁ గన్పట్టదు.

ఆ. చక్రవర్తివగుచు జనులనెమ్మనముల
కనుగుణంబుగాఁగ నవనినేలు
టుడిగిపేదమాట లుచితమే యిటులాడ
బడుగుబాపనయ్య పగిది ఱేఁడ.

సుమ—అంతర్ముఖులగు మీరే యిట్లుసెలవిచ్చిన నేనేమందును! "స్త్రియంత్యక్త్వా సుఖీభవ" యని మీవంటిప్రాజ్ఞులు పలికిరికదా!

కౌశి—అనఁగా వ్యామోహమును వదలుమనుట. కత్తి యాత్మరక్షణకు నాత్మహత్యకు నుపకరించుభంగి, స్త్రీవిత్తములను రెండు నాత్మహితమునకు నాత్మహానికి నుపయోగించు. పసిబాలునికిం గత్తివలె నవివేకికి స్త్రీవిత్తము లనర్థ

ప్రతిపాదకము లవుంగావున నట్టివాని కావచన ముపదేశింపఁబడెను. వివేకసంపన్నుఁడవగునీవంటివానినెందఱో కల్పతరువుచందంబున నమ్మి మేఘజలంబులకుఁ జాతకములమాడ్కిఁ బ్రజలు ప్రతీక్షించికొని యున్నవారు.

మ. కులధర్మోచిత శీలరక్షణము లోకుల్మెచ్చఁ జేయఁగావలెన్
నిలుపంగావలె సత్యధర్మములఁ బూనికన్ క్షాత్రమేపార స
త్కులసంజాతను బెండ్లియాడవలెఁ బుత్త్రుల్ పౌత్త్రులుంగల్గి భూ
స్థలిఁ బెక్కేఁడులు ధర్మరక్షణకు సంతానంబు నాటన్వలెన్.

విదూ—ఔను. తక్కిన వెట్లుండినను "సంతానంబు నాటన్వలెన్" రాజరాజా, ఇది నీమదినాటన్వలెన్. ప్రపంచవ్యవహారమున కిదిమూలము. ఇట్లనికదా, ఎంతకూటిపేదలైనను కానికూళ్లైనఁ గుడిచి కన్నియం బెండ్లాడుచుందురు. అప్పుడ చావనున్న ముసలివాఁడును పసపుబట్టలతో స్మశానవాటిక నలంకరింపం దలంచును. పశుపక్షి క్రిమికీటసామాన్యమగు నీప్రథమధర్మమునే లోఁఱంగిన పురుషుఁడు తక్కినవాని కెట్లోపు. "ఇంట గెలిచికదా రచ్చ గెలువవలె."

సుమ—మూర్ఖుఁడా! వివాహమంత చులకనగా భావింపవలదు.

విదూ—ఏమయ్యా? రాజరాజవగు నీకును మాగ్రహాచారమేనా? డబ్బుండిన కన్యకలకేమి తలలోనడచిరారా? నాచేతికొక సంచినిమ్ము బెల్లపుసీమనుండి నీవుకోరినపిల్లనెల్లుండికిఁ బట్టితేకుండిన నాముఖావలోకనము సేయవలదు.

కాశి—అవివేకుఁడా!

చ. పశువులు పాపచిత్తులు కృపారహితాత్ములు పిండవిక్రయుల్
శిశువులఁ గన్నకూనలఁ బ్రసిద్ధముగా వెలకమ్మి సిగ్గులే
కశనము మన్నగాఁ దినుచు హాయిగ నుండుటకంటెఁ జచ్చుటే
కుశలము. కన్నెనమ్మి మనుకుత్సితవర్తను లాత్మవంచకుల్.

ఇట్టి పాపగర్భంబులంబుట్టిన నిర్భాగ్యులం బెండ్లియాడ నధార్మికులుం గేవలపశుక్రియాలంపటులగు చపలచిత్తులకుం జెల్లుఁగాని, ధర్మపరిపాలనైకతత్పరుల కనుకూలించునా? ఇంతకును ఘనచక్రవర్తీ కిఁ జతుస్సముద్రముద్రిత

సర్వసర్వంసహాభారభరణ ధురీణులగు నృసింహ కిశోరంబు లుదయింపవలెనదికావున నకలంక కులశీలంబు లతిముఖ్యములు.

గీ. రూపగుణ లక్షణోపేత లోకమాత
సకలసౌభాగ్యవిఖ్యాత సాధ్వివ్రాత
వంశమునఁ బాలకడలిని పద్మవలెనె
పొడముగాక ధమాన్వయమునఁ గలుగునె?

రాజరాజా! మనయిందిరకు మించిన మంచిసంబంధ మగుపడదు.

సుమ—గురువరా! ఎన్నియో ధర్మమర్మము లెఱిఁగిన మీకును బొఱపాటులుండునా?

విదూ—కొండయెక్కడ తూనికగుండెక్కడ.

కౌశి—ఏమంటివి?

సుమ—ఆమాటకేమి కాని, గురువరా! పురుషుని వివాహవిధికిఁ బ్రాయమెట్లు ముఖ్యమో స్త్రీకి నది యట్లేకదా! అతిబాల్యవివాహము లెంతటియ నర్థప్రతిపాదకములై యార్యధర్మముల నడుగంటం ద్రొక్కి ముక్కుపచ్చలాఱని యెందఱు బాలికల బ్రదుకుల నడవిఁగాసిన వెన్నెలలం గావించియుఁ బురుషుల సత్త్వహీనుల నల్పాయుష్కులం జేసియు బ్రపంచమును దుఃఖసాగరమున ముంచవయ్యె? సన్మార్గప్రవర్తకులమగు మనమే యిట్టియక్రమవర్తనకుం దొరకొనిన సామాన్యుల ననసేల?

విదూ—ఇంతకు ఋణానుబంధ మొకటి గొప్పది. "ఋణానుబంధరూపేణ పశుపత్నీసుతాలయాః" అని యుండెంగద! కొండమీదనుండిననేమి? కడలియందుండిననేమి? అనుకూలకాలము సమకొన భాగ్యవశమున నెవరికెవరో ముడిపడుచుందురు. అట్లుకాకుండిన మరుమరువపు మొలకవలె నుండు గుణవంతుఁడగు పతిం గలిగియుఁ గుత్సితవర్తనుఁడునుఁ గురూపుఁడు నగు జాతిభ్రష్టుని స్త్రీయును, గుణరూప వయోవిశేషంబుల లక్ష్మిం దిరస్కరించు కులకాంతం బాసి ప్రుచ్చిన గవ్వఁజేయని హీనదాసింగూడి మానాభిమానంబులు వీడి తిరుగుపురుషుఁడు నుండుట జూడమా!

సుమ—నిక్క మే. వలపాకరివశము కాదు.

చ. వలపువిచిత్ర మెప్పుడది వావిరిగల్గునొ యెందుఁజొచ్చునో
పిలిచినరాదు పొమ్మనిన వెళ్ళదు తొంటి ఋణానుబంధ శ్ఫుం
ఖలలనుఁగట్టి దంపతులఁ గర్మవశంబునఁ గూర్చుఁ గొండలన్
మొలచిన నెల్లికాయలు సముద్రపునుప్పును గూడఁ జూడమే.

(తెరలో గంట వాగును)

అదిగో! ఓలగమునకుం బోవువేళ రైనది.

కాశి—నాకును మాధ్యాహ్నికము కొదువగా నున్నది. రాజన్యా! సుఖీభవ.

(అందఱు నిష్క్రమింతురు)

మాలతీనాటకము.

ద్వితీయాంకము.

ప్రథమరంగము—ఉజ్జయినిలో నుద్యానవనము.

మాలతి, (మాళవరాజపుత్త్రిక) కమల, సుచతుర, మదవతి, (సఖులు) ప్రవేశము.

అందఱు——ముదిత. చెలిమిఁ జెలఁగు రసాలసాలము
తెలమి మనకనుకూలముల్
మాలతి—— చెలఁగి నిక్కెనఁ దాఁకునే
సుచ—— పొలఁతి నీతలఁ దాఁకునే
అందఱు—— అలరు లలరఁగ నలరువిలుతుం
డలవుఁగాఁ గొఱిమ్ములుకులం
మాలతి—— గలికి కొని పై దూఁకునే
సుచ—— అలుక నిను దూదేఁకునే
అందఱు—— కలసి కలకల రామచిలుకలు
పలుకుఁ దేనియ లొలుకఁగా
మాలతి—— దొలుకు నామది మక్కువన్
సుచ—— మెలఁకువగఁ గను ముక్కునం
అందఱు—— దలుక నలికులవేణి యొఱ్ఱగ
మలఁగి మలమలలాడెదన్
మాలతి—— చలమునన్ మరుఁ డాయుదున్
సుచ—— తెలియు నీపని యూరొడన్.

మాలతి— గీతరత్నావళి.

చల్లనితెమ్మెర లెల్లెడఁజల్లిన మల్లెలఁ గనుఁగొను మదవతిరో!

మదవతి—మల్లెలె? మరుశితభల్లములు భళీ! ఝల్లనునెద నటఁ జనకబలా

కమల— చెల్లునె యిటు పసిపిల్లలు కడు భీతిల్లఁగఁ బలుకుటఁ బాడియటె

సుచతుర—(మాలతి చైయిదుకొని)

చెల్లెల, రమ్మ విపల్లవమగు నీ పల్లవరాజముఁ బ్రార్థింపన్.

(సఖులు నగుదురు)

మాలతి—హాయరగడ. లలన లల నట నెమలినృత్యము
చెలువ చెలువగు నలువకృత్యము

మదవతి— కొమ్మ కొమ్మఁ గదల్చి పువ్వులఁ
గొమ్మ కొమ్మని డుల్చె దవ్వుల.

కమల— నిక్కి నిక్కియుఁ గొట్టకొనలకు
నెక్క కెక్కకు చెట్ల ననలకు.

సుచ— వెలగ వెలగల దిదిగొ చూడుము
వెలఁది వెలవెలఁ బాఱ వేడుము.

బాల— తెఱవ తెర వరికట్టెఁ దుమ్మెద
వెర వెఱుఁగ నిఁకఁ బ్రోవు నమ్మెద.

చెలులారా, రక్షింపుఁడు రక్షింపుఁడు.

మద—ఓకమలా! ఓసుచతురా! రండి రండి మనమాలతి నొక పాడుతుమ్మెద తొందఱ వెట్టుచున్నది.

సుచ—ఓ పాడుభృంగమా, తొలఁగు తొలఁగు మా యంగనామణి యనంగుని నారి కాదు.

మాలతి—అమ్మరో! ఇంకను నన్నిది వదల కున్నది.

కమల—నీ ముంగురులం గని భ్రమరకులం బని భ్రమఁ జెందినది.

సుచ—కాదు కాదు మన సఖి ముఖంబును గని కమల మనుకొన్నది.

మద—కొండంత యాసచే పాపం మావచ్చిన చాలి నీగయ్యాళి యిట్లొక మక

రంద బిందువైన నానంగక తరిమి వైచి యొడిఁ గట్టుకొన్న పాప మెట్లు పోవును?

సుచ—దీని కింత బ్రహ్మాలోచనా? శాస్త్రకర్త లంత విచారశూన్యులా? అతిథి యైన మధువ్రతమున కాతిథ్య మీయని పాపమునకుఁ బ్రాయశ్చిత్తముచక్కఁని రాతొమరు నాక్కఁని వాతెర తేనియలందనుపుట. ఇది మన మాలతి తలపోసి యే యున్నది.

మాల—చాలుఁ జాలు మీమాటలు. ఓ సుచతురా! ఓకమలా! ఇఁక మీఁద నిట్టులాడిన నే నోర్వను జుండీ? చాలుఁ జాలు మీచెలిమి.

సుచ—ఓహో! ఇదేమి చెలీ ఇంతకే యింతకోపమా? ఇంతకు న్మే మన్నదేమి? నీమేలు గోరు వార మగుటంజేసి నీవు గ్రక్కున నాక రావట్టిం జేపట్ట మాకన్నులారఁ జూచు భాగ్యమును బ్రతీక్షించి యంటిమి కాని యందులో మఱే మున్నది?

మద—చెలులారా! మనము వచ్చిన పని యేమి చేయు చున్న దేమి? మీలో మీరిటు తర్కించుకొనుచుండ వసంతపూజావసర మతిక్రమింపకున్నె? కసుమంబులు సిద్ధముగా నున్నవి రండు రండు.

మాల—అటు చూడుఁ డటు చూడుఁడు! మన కమల యల సహకారమునకుం బూవులఁ బుట్టం దవిలింపఁ బోవు రభసంబునఁ బూలఁ జల్లు కొన్నది.

సుచ—కమల కదా! సహకారసన్నిధిం దన పుష్పవతీత్వముం బ్రకటించెను.

మద—సఖులారా ఇటు రం డిటు రండు. (అందఱు నిష్క్రమింతురు)

భీమవర్మ దుష్టబుద్ధియుఁ గొందఱు దొంగలుం బ్రవేశించుచున్నారు.

భీమ—మీ చాకచక్య మిప్పుడు చూపవలెను. ఏ మాత్ర మవివేకముగా నటించినను పిట్ట లెగిరి పోవును. అందఱు నన్నెఱింగిన వారలగుటచే నేనిచ్చట నుండినఁ బ్రమాదము పొసఁగును. కాన మార్గంబును గని పెట్టి యుండెద.

దుష్ట—మంచిది నీవు వెళ్ళుము (భీమవర్మనిష్క్రమించును)

చెలికాండ్రారా! వేగిరపడకుఁడు. ఆతురము విషము. అది కార్యకంటకము. మీరాదట్టంబులగు పొదరిండ్లం దాఁగియుండుఁడు. తఱి యెఱింగి మీకు

సన్నఁ జేసెదను అప్పటికి మీపగ్గంబులఁ దెచ్చి కార్యంబు సాధింప నగు. (దుష్టబుద్ధి దాగును తక్కినవారు నిష్క్రమింతురు)

(మాలతియు సఖులును ప్రవేశించుచున్నారు)

సుచ—మాలతి ఇటు! ఇటు! తిన్నఁగ రమ్ము.

సీ. గోరంట గోరంట గారవించుట లేల, తిలకంబుఁ దిలకింపఁ దిరుగు టేల
చూతంబు చూత మంచొగిఁ జేతు లిడుటేల, గోగుతో మాటల పోగు లేల
పొగడక పొగడపైఁ బుక్కిలింపఁగ నేల, ప్రియప్రియాళువుపాట పేర దేల
సంపెగ సొంపుగఁ జనవిచ్చి కను టేల, పద మశోకముపైకిఁ బఱపు టేల

గీ. వావిలావల నిట్టూర్పు వదల నేల
పొన్నగున్నకు నవ్వులవన్నె లేల
యతివ నామాట జవదాట నవి చిగుర్చుఁ
జిగురు విలుకాఁడొ యవి దూసి చిమ్ముఁ జుమ్ము.

దుష్ట—ఔరా చమత్కారము? చక్కఁదన మన్న నిది కదా.

ఉ. ఈ నగుమోము నీ వినయ మీ తరితీఁపుల మాట లీరవం
బీ నవమోహనాంగరుచి యీ సరసత్వము ని వ్విలాస మే
చానలకైన నున్నె? విధిచాతురి! వేయన నేల? మారుఁడే
పూనికిఁ దప్పు దీనిఁ గనఁ; బొల్లులు మానవు లెంత వా రిలౌ.

మాల—చెలులారా! వారు వారు కోసిన పువ్వుల గుర్తుగా వేఱువేఱుగ నుంచిన బాగుగనుండదా?

దుష్ట—ఉ. చిత్తజుబొమ్మ దీని నునుఁ జెక్కిలియింపును మోవికెంపు క్రొ
మ్ముత్తెపుఁ జాలు పల్వరుస మోహపుఁ దీరును మేని సౌరుఁ బూ
గుత్తుల పొల్పు దెల్పు బిగి గుబ్బల తీవియుఁ గమ్మతావి సం
పత్తిఁ గనుంగొన న్వలపు వడ్డికిఁ బాఱదె యెంతవారికిన్?

ఔరా! ఇది యేమి నన్ను నే మఱచితిని "అందఱకున్ శకునంబులఁ దెల్పు బల్లి తాఁ దొట్టిలోఁ బడిన" ట్లున్నది. నే వచ్చినపని యేమి, ఇట్లు తామసించు టేమి?

(ఈల వేయును దొంగలు ఖడ్గములతో వచ్చెదరు. చెలికత్తియలు హాహా రవంబులతో మూర్ఛ నొందుదురు. తెరపడును)

సుచ—అకటా ఎవ్వరా దుర్మార్గులు?

మద—చెలీ! శోకభయములచే నాగుండెలు తటతటలాడు చున్నవి కొంచె మాగుము.

(మాండవ్యుఁ డను విప్రుఁడు ప్రవేశించును)

సుచ—ఎవ్వఁడా దుర్మార్గుఁడు? ఏకాంతమునఁగాంతలు విహరించు స్థల మని పాటింపక మా కాంతామణి పై నక్రమంబు జరపిన దుష్టుఁడా నిలు నిలు నీ కుం దగినశాస్తిఁ జేయించెదము.

మాండ—ఇదేటి వింత! తల్లులారా మాలతి యెక్కడ?

సుచ—అయ్యో మాండవ్యా ఇఁక నెక్కడమాలతి! మా యనుంగుసఖిని మా జీవరత్నమును ఎవరో కొందఱు (అని మూర్ఛిల్లును)

మాండ—హా! హా! హా! ఏమేమి? మాలతిని? కొందఱు-ఏమి? ఇదినిజమా? మన రాజుగా రూహించినది నిక్కమా?

కమల—ఏమి? ఈవిషయము రాజుగా రెఱుంగుదురా?

మాండ—రాజుగారు మన మాలతిపెంచిన హరిణపోతము కన్నీరు నించుచు రాజద్వారమునకువచ్చుట కని యెద్దియో ప్రమాద మొకటి పొసఁగి యుండ నోపుఁ దెలిసికొని రమ్మని నన్నంపిరి. రండి రండి. (తెరపడును)

ద్వితీయ రంగము.

అడవి. భీమవర్మ ప్రవేశించుచున్నాఁడు.

భీమవర్మ—(తనలో) భీమవర్మా! నీపూనికికినపజయమనుమాట కలదా? మంచిది. ఒకప్రకరణముముగిసినది, మఱియొకప్రకరణము. అది దుస్సాధ ము, దుస్సాధమనసేల? బుద్ధిమంతునకు సాధ్యముకానిదెద్ది? తిన్ననిమాటల చే దుష్టబుద్ధిని గవియించి యాఘనకార్యంబుఁ గొనసాగించితి. ఇఁక దుష్ట బుద్ధికిఁ గలికెము వేసెదను. కొమ్మలంగన్నంతబమ్మకైనరిమ్మపుట్టకమానదు, కావున నాచమత్కారమింకమీఁదనున్నది. వానింగలిసికొనెద.

(నిష్క్రమించును)

దుష్టబుద్ధిప్రవేశము

ఆహాహాహాహాహా! "మనరొట్టెవిఱిగినేతిలోఁ బడినది" "కష్టీఫలీ" యనుచుందురు. భీమవర్మ యచ్చిలుకలకొలికిపైఁ గలవలపున నన్నింతపనికిం బురికొల్పెను. ఈకన్యకకై త్రిలోకపదవినైనం గోల్పోనొప్పు. మృత్యువునోటం బడి సాధించినయీకన్యక నన్యునిపాల్సేసి నోట వ్రేలుఁ బెట్టుకొని యూరకుండుమూఢుఁ డుండునా? చేతఁజిక్కిన మానికంబును గోలుపోవనేనంత వెఱ్ఱినే? ఇఁక నాబారినుండి తప్పింప హరిహరబ్రహ్మాదులేకీభవించినను కానేరదు. అయిన భీమవర్మవలనఁగాఁదగిన కార్యభాగములు కొన్ని కలవు. కావున సమయోచితప్రవర్తన ముచితమనితోఁచుచున్నది. అదిగో భీమవర్మ వచ్చుచున్నట్లున్నది.

భీమవర్మప్రవేశము.

భీమ—అన్నా దఃష్టబుద్ధీ! నిన్ను వేయినోళ్ళంబొగడినఁ దీఱదు. వ్రేలుఁజూపిన హస్తము మ్రింగఁగలవారిలో నగ్రగణ్యుఁడవు. నిజముగా నాకప్పుడు గుండెలు తటతటలాడుచుండెను. ఇంత సులభముగా నీకార్యము నెఱవేర్పఁ గలవని నేను గలలోనైనం దలంపలేదు. తప్పిదారి నీవిట్లయితివి కాని, బలిచక్రవర్తి యంత చక్రవర్తివి కాఁదగినవాఁడవు. కాకున్నఁ "జూచి రమ్మన్నఁ గాల్చి వచ్చునంతటి యోధవు గావా"? పద్మవ్యూహము నభిమన్యుండువోలె రాజరాజులొడ్డినయుక్తుల నింతలో (చిటికవ్రేయున) దెగనఱుకు వాఁడుండునా? మాలతీస్వయంవరమని చాటించినది మొదలు రెండు చింతలు నన్ను బాధించుచుండెను. అందుమొదటిది ముఖ్యముగా నాప్రాణమిత్రుఁడగు నీకేగతి యగునోయను చింత. రెండవది, నీకు నేఁ జెప్పనక్కఱలేదు కదా. ఒక్కచోటఁ జనవమరఁ బెరిగిన వారిచెవులకామాట ములికిర్రై నాటకుండునా? పౌరుషహీనమగు బ్రతుకు బ్రదుకుటకన్న చావు మిన్నయని, యొకటిరెండు పర్యాయములప్పనికిం దొరకొంటిని కాని, కల్పతరువువలె నీవుండుట నామదికిఁ దట్టలేదు. 'బ్రహ్మ తలఁచిన నాయుస్సునకుఁ గొదవా' నీఋణ మెట్లు దీర్చుకొందును.

దుష్టబుద్ధి—భీమవర్మా! నావిషయము నీ వెఱుంగుదువు కదా. నీమాటలువిని నే నింతపనిఁ జేసితిని. మృత్యువునోటనుండి యూడిపడ్డట్టాయెను. "అత్తమీఁదికోప మాలిపైఁ జూపించె" నన్నట్టు మాళవునిపైఁగినుక నీమగువపైఁ జూపితిని. అనదరైయె మనచేతఁ జిక్కినయబల నింకను వేధించుట యయుక్తము. నిన్నుఁ బెండ్లియాడ నిమ్ముదిత యపేక్షించిన నాకది పరమసమ్మతము. కాని యట్టికోరికి యానారికి లేకుండిన నేనాబలవద్వివాహమంగీకరింపను. నీవాసుదతింగని నీవలపుఁ దెలిపి యామె యనుమతిం బడయుము. ఆమెంగని మాటలాడుతఱి నిర్భయముగా నీయభీష్టముం దెలుపుటకు నాభటు లెవ్వరు నచ్చట నుండకుండ నను వమర్చెదను. (అని ఈలఁగొట్టును)

వృషుఁడనుదొంగ ప్రవేశము.

వృషా! వినుము. భీమవర్మ మాలతితోఁ గొంతమాట లాడవలసియున్నది. నీ వితనిం గొని చని మనభటులంతవఱకు నితని నన్నుంబోలె గౌరవించునట్లు చెవినూదుము. తెలసినదా.

వృషుఁడు—చిత్తము.

దుష్టబుద్ధి—భీమవర్మా నీవు వీని వెంటం జనుము, వృషా! (అని చెవిలో, వృషుడు తలనాడించుచు భీమవర్మతోఁ గలసి నిష్క్రమించును)

ఆహాహాహా! "ముసలివానికిమూలుగనేర్పవాఁడా" యీభీమవర్మ. వీఁడు బట్టువలె ననుం బొగడి బుట్టలో వేసికొనం దలంచెను. నాపరిచరులు వీనింగౌరవించుటం జేసి తనచేటునకు వీఁడెమూలమని యెంచి మాలతి చండాలకూపమువలె వీనింగాంచి వెతలఁగుందుచుండునెడవీఁడుకొన్ని ప్రేలాపనలు ప్రేలును. "గోరిచుట్టుపై రోకటిపోటు" టన్నట్టు మానవతి యగు మాలతి వీనిం గసరిచెచును. ఇట్లు వీఁడు తిరస్కృతమనోరథుం డయినపిదప నాకార్యము సావకాశముగా నెఱవేర్చుకొనవచ్చును.

తెరలో.

మ. అకటా! ఎంతటిదాయవైతివి? విధీ! హా! దైవమా! ఏలయీ
వికటారణ్యముపాలొనర్చితివి? నీవేరంబు చల్లారెనే?
ప్రకటాటోపనిశాటహింసలకు నాప్రారబ్ధ మిట్లుండె నే?
శకటారీ! మొరనాలకింపవె వెసన్ సర్వేశ్వరా! ప్రోవవే.

ఉ. ఓతలితండ్రులార! కనుఁ దోచెలులార! వచింప రేల? ముం
జేత వసించిముద్దువగ చిల్కఁగఁ బల్కవదేల, చిల్క? న
న్నీతఱిఁ ద్రోవఁగట్టి నటియింపవదేలనె, కేకి? యక్కటా!
ధాత యిటేల వ్రాసె దయఁదప్పి? పురాకృతమిట్టులుండెనే?

ఓ జనకులారా! ఇఁక నేనెట్లు మిముం జూతును? ఓ చెలులారా! నేటికి ఋణానుబంధము తెగెనా? ఓ హరిణడింభకమా! ఇఁక నిన్నుఁ బాలించువారెవ్వరు? ఓ వకుళమా, నీరుఁ గట్టి నిన్ను బోషించువారెవరు? శివ శివా.

దుష్ట——ఇఁక నేనెళ్ళి ప్రచ్ఛన్నుఁడనై యేమియగునో కనిపెట్టెద (నిష్క్రమించును)

(మూర్ఛనొందియున్న మాలతియు, భీమవర్మయు ప్రవేశించుచున్నారు. దుష్టబుద్ధి పొంచి వినుచుండును)

భీమ——మాలతి మిపులనాయాసముచే సొమ్మసిల్లినది. మొదట సేదదేర్చెదను (అంతలో మాలతి యేమేల్కాని, నలుదెసలఁ గలయంగనుఁగొని)

మాలతి——ఏమిదికలయా? ఉన్మాదమా? చిత్తభ్రమమా? ఇతఁడు బావ భీమవర్మయగునా?

భీమ——మాలతీ, ఊరడిల్లుము నేను భీమవర్మనే.

మాలతి——బావా, చోరులేమైరి. నాకట్టులెట్లూడెను. నాయవస్థ నీకె[illegible]రి? నన్నెట్లు రక్షింపఁ గల్గితివి. నీఋణమెట్లు తీర్చుకొందును.

భీమ——మాలతీ, నిలుకడఁ దెచ్చికొనుము. ఇప్పట కార్యవ్యవస్థకవకాశములేదు. ముందంతయుఁ దేటపడును. ఎడమచేతఁ జేసినది కుడిచేత ననుభవింపకమ్మానదు. ఇదంతయు మామ తెచ్చిపెట్టుకొన్న చేటు, బలవద్విరోధము తనకేల? ఎవరెట్లుపా[illegible]ననేమి? లోకకంటకుఁడగు దుష్టబుద్ధిని దానుపట్టియిచ్చువాఁడా? వానిపేరన్నెట్టివారికి సింహస్వప్నము కదా. యుక్తాయుక్తంబు లెఱుంగక యొకవేళ వాఁడు నిన్ను తనకిమ్మని మీతండ్రికి సూచించినంతమాత్రాన సమయోచితవచనములాడి తప్పించుకొనుటకు బదులు మ

న్నమిన్నఁ గానక చీవాట్లుపెట్టఁగా నిప్పుడు మనకే వాఁడు మ్మేకై కూర్చుండెను.

మాలతి—బావా, ఎవఁడాదుష్టబుద్ధి?

భీమవర్మ—అయ్యో పాపము! నిన్నుఁ జూచిన నాకుజాలివేయుచున్నది. ఆదొంగలదొరపేరన్న లోకులకెల్ల గర్భనిర్భేదముకదా! పాలుద్రావుచున్న శిశువులు సయితము దానివిన్నం ద్రావుటమాని యట్టే వినుచుందురు. పసిపిల్లలకు ముసలమ్మలు వానికథలెన్నియో చెప్పి వెఱపించుచుందురు. అదియట్లుండనీ (నలువంకలఁ జూచి) ఎవరు సమీపమందు లేరుకదా. మాలతీ, ఇప్పటికి రమారమి నాలుగేండ్లక్రిందట నితఁడొకచీఁకటి ప్రొద్దున నడవులం గ్రుమ్మరుచుఁ గానక యొకపాడుగోతిలోఁ బడి పైకి రాలేక వాపోవుచుండ వేటకుతూహలమున నేనుపెందలకడనే యశ్వారూఢుఁడనై దిరుగుచుండి యారోదనధ్వనివిని యచటికింజని పాంథుఁడెవ్వఁడో దారితప్పి కానక ఘుందులోఁ బడియుండనోపునని జాలింగొని నా కాసెకోకవేసి పైకీడ్చితిని. పిదప నాకితఁడని తెలిసెను. ముందే నాకది తెలిసియుండిన మన్నుకప్పి జీవసమాధిచేసియుందును, గతజలసేతుబంధనమిప్పుడనుకొన్న ఫలమేమి? ఇంతకు వానికాయువు గట్టిగానున్నది.

మాలతి—పిమ్మట?

భీమ—అట్లుచేసిన మహోపకారమూరకే పోవునా? పంచమహాపాతకములొనర్చు ద్రోహులు సయిత మెంతచెడినను మనుష్యులేకదా

మాలతి—అందుకా నాకట్టుల విడిపింపంగలిగితివి.

భీమ—పిచ్చిదానా! వినుము. పిమ్మట నన్నాతఁడు మిక్కిలి గౌరవించి నాకు నియ్యడవుల నిర్భయముగాఁ దిరుగుచుండుట కభయమిచ్చి మైత్రింగనఁ [illegible]చెను. ఇదిసందర్భము. విషయమిట్లుండ నిఁక నీస్వయంవరమని మామ [illegible] టింపఁజేసిన నాఁడు మొదలు నాకునిద్రాహారంబులు దూరమై హృదయ[illegible] ధొక పొగలేనిసెగ బయలుదేరి మంచముపట్టియుం[illegible]క గని[illegible] [illegible]న దురవస్థ వింటిని. అప్పుడునామనస్సెట్లుండెనో నీవే విచారించుకొ[illegible] ఫిరంగిగుండువలె నాహృదయనిర్భేదంబుగావించిన [illegible]వార్త వినఁగా[illegible]

యొడలెఱుంగక, తటాలున తురగమెక్కి, దిక్కుతోచక, పిచ్చివానివలెఁ బరుగెత్తింపఁ దొడఁగితి. పూర్వపరిచితమార్గము లవుటచేత నాగుఱ్ఱము పుణ్యవశంబున నన్నీవిపినంబునకుఁ దోడ్తెచ్చెను. ఆహా! నాయదృష్టమేమందును? అప్పుడే నే నాకకలకలమువిని, పిడుగుపడ్డట్టుగా, దుష్టబుద్ధి కట్టెదుట నిల్చితిని నను గని, నివ్వెఱపడి యత[illegible]డు నాభీతికిఁ గారణమడిగెను. నిను బ్రస్తావింపగానే, పకపక నవ్వి, మనలను, బావ, మఱఁదలను నెపంబునఁ గొంతవడిఁ బరిహసించి, తుదకు నేఁజేసినమహోపకారమునకుఁ బ్రత్యుపకారము సేయుటకునికిఁ దనవంటివాని కనుచితమని, చెప్పుచుఁ దాను భగీరథప్రయత్నమున సాధించుకొనితెచ్చిన ప్రాణప్రదమగు నిన్ను నాకు వివాహము తానే చేసి ఋణవిముక్తుఁడనగుదునని నుడివెను. నేనప్పుడతనిఁగని సమయోచితవాక్యములఁ బ్రీతునింజేసి కన్యకలను దాతలేక పరిగ్రహింపఁదగదని నుడివితిని. అమ్మూర్ఖుఁడు నామాటఁ జెడచెవింబెట్టి క్షత్రియులకు గాంధర్వము విధివిహితమేకదా, ఏలకారాదని నన్నధిక్షేపించెను. నేనావిధికిఁ "పరస్పరసమ్మతము" ముఖ్యలక్షణమని వాదించితిని-వానిమాటన్న సుగ్రీవాజ్ఞ. ఇట్లు తనతో, ముఖాముఖి, వచనప్రతివచనంబులు జరుపుననుంగాంచి కోపించి, నీవిందులకు సమ్మతింపవేని, నిన్నిప్పుడే యురిదీయింతును, ఇఁక నీ మఱఁదలియ్యకొనదేని, ఈరాత్రియే దాని నేఁబరిగ్రహించెద. ఇదితప్పదు. ఇట్లని నీమఱఁదలితోఁ జెప్పుమని నామెడఁబట్టి త్రోసెను. అప్పు డిట్టిప్రస్తావము నలుగురియెదుట జరిపించిన బాగుగనుండదని ప్రార్థింపఁగానే, తత్కాలమునకు నీకట్టులవిడిపించి దవ్వులఁ దనభటుల నుంచెదనని, మాటయిచ్చెను. ఇఁకఁ గర్తవ్యము నీవాలోచింపవలసినదే.

తెరలో. (అదిగోపులి! వేయుండి! పొడువుడి నఱకుఁడను ధ్వని)

దుష్టబుద్ధి దొంగలతో చప్పునఁ బ్ర[illegible]

దుష్ట—అరుగ[illegible]! [illegible]వరో, వ[illegible]వారు. కట్టుండు కట్టుండు. కొని తెండు[illegible].

(వేఁటకాండ్రు రభసమునఁ బఱతెంతురు తెరపడును)

భల్లూకభట్టు (విదూషకుఁడు) ప్రవేశము.

భల్లూ-(ఉస్సురుమని చేతికఱ్ఱ నేలవైచి చదికలంబడి) అబ్బా! ఏమినాతలవ్రాఁత! కలిగినది తిని, కడుపులోని చల్లకదలకుండ నింటికడనుండక నేనేలయీ వేఁటకాండ్రవెంట వచ్చితిని? ఈవీరసేనుఁడేమో నాకుఁగిరీటముఁ బెట్టునని యెంచి వచ్చినందులకు నట్టడవి నన్నుడించి నాస్థితిగతుల విచారింపక వారువంబులనెక్కి వేఁటతమకంబున కార్ముకంబులపిఱుదంటిచనిరి. ఎట్టిమహారాజుల నాశ్రయించిననేమి వారివారికర్మానుగుణముగా శుభాశుభంబులు సమకూరుఁగాదె. కుబేరునంతటివాని కనుంగునెచ్చెలియైన శివునకు భిక్షాపాత్రము తప్పెనా. "అవశ్యమనుభోక్తవ్యంకృతంకర్మశుభాశుభ" మ్మనియుండెంగదా. పోనీ, లోకములో ప్రాయికముగాఁ గొంతకలిగియు, మఱికొంతకాసించుట మనుజులకు సహజమేకాని, నావలెఁ దనయోగ్యతకును గోరికలకునుగల యంతరమెఱుంగక నేలవిడిచి సాముచేసిన వాఁడుండునా? కాలుసాచికొనుటకు చోటమరినఁ గదా, పండుకొనుటకు యత్నించిన, బాగు? వివేకియగువాఁడు "తృణజలూకాన్యాయమునఁ" గ్రమక్రమంబునఁ బురోవృద్ధింగనును ఒకవేళతనయిష్టానుసారముగాఁ గోరికలీడేరకపోయినను సమయసందర్భానుగుణముగాఁ దనమనోరథముల మరల్చి బాగుపడును. పులిని జూచి నక్క వాఁతలు పెట్టుకొన్న మాడ్కి మహాశూరునివలె, నేనీయోధాగ్రేసరులవెంట నేలరావలె? ఆవేళకుఁదగినమాటాడి, ఏసంకల్పమోప్రశ్నయో మూఢజనులకుం జెప్పి, తిన్నఁగా దినమునకు పావలాడబ్బులు లాఁగి, గారెబూరెలతో సలక్షణమగు బ్రాహ్మణార్థభోజనము చేసి బొజ్జపైఁజేతు లాడించుకొనుచు గచ్చుతిన్నెపైనేపుల్లకబురులో చెప్పికొని కాలక్షేపముఁ జేయునాకు వేళకు కూడులేక, యెండలనక, వానలనక, తిరిగి తిరిగి చెక్కపల్లేరుగాయలం ద్రొక్కి దిక్కుఁగానక నిక్కీకారణ్యమునం జిక్కితి. అక్కటా! రేలుంబవళులు "నిదిగోపులి యదిగోయెలుఁగ" నుకూఁతలే. వేదఘోషము లయ్యెంగదా. మడిమడుఁగుఁ జేరె. కర్మానుష్ఠానంబులుకాలిపోయె. ఇఁక నీయరణ్యరోదనమునకు దరియేది? ఇక్కడనే యుంటి

నా కార్ముకంబుల బాధ. పోవుదమన్నం గాలు దిన్నఁగానేల నూదఁజాల. ప్రాణభయమంత లేదు కాని, చావ మనసురాదు. కానీ. మెల్లమెల్లఁగఁ గుంటుచు వెళ్లెద. (నిష్క్రమించును)

వీరసేనుఁడును సైనికులును ప్రవేశము.

వీర——ఓశూరాగ్రేసరులారా! ఇఁక నేమియనుకొన్న నేమి? చేతఁజిక్కినయకట్టడిదుష్టబుద్ధి తప్పించికొని పోయెంగాదె. ఈనాయవివేకము విన్న మనసుమనోభిరామచక్రవర్తి నన్ను నిందింపకమానునా? ఇఁక నామొగ మతని కేమని చూపుదు? ఎట్లయిన మనమిఁక నయిదాఱుదినములియ్యడవులం గ్రుమ్మరి, య్యూరేఁదిరిమ్మరి జాడఁదీయక యూరకపోరాదు. కాని మనము చెఱవిడిపించిన యమ్మచ్చెకంటిని మనవెంటఁద్రిప్పుట యనుచితము. పాపమాసుకుమారి మాళవేశ్వరుని కుమారియఁట, కటాకటా! ఆకోమలింబాసి దానితలితండ్రు లెంతయడలుచుండిరో కదా. కావున మొదట నామిత్రుఁడగు భల్లూకభట్టువెంట నాయమను నాసహోదరి ప్రభావతీదేవికడకుం బనుచుట యుక్తమని తోఁచెడిని. అతఁడెచ్చట నున్నవాఁడో యరయుదము రండు.

మాలతీనాటకము.

తృతీయాంకము.

(మాళవదేశము సభాభవనమందు వసువర్మయు, సునీతిశర్మయుం
బ్రవేశించుచున్నారు)

1 వ రంగము.

వసు—గీ. అధికచింతాదవాగ్నికి నమృతవృష్టి
విపులసంతాపలతికాల విత్రవరము
ప్రకటవిశ్లేశకుధర వజ్రప్రహరణ
మాత్మసంతతి యని చెప్పటరుదె భువిని.

అక్కటా! ఎట్టియెట్టి మహాత్ములసేవించి, నానాతీర్థయాత్రలఁ గావించి మిక్కుటంబులగు వ్రతంబులనుష్ఠించి, దైవానుగ్రహంబున నిన్నినాళ్ళకొకయాఁడుబిడ్డం బడసితిని. పడసి, తల్లీలావినోదంబుల్ఁ దవిలి, ఆబాలికారత్నమును, ఆజీవమణిని, మాప్రాణంబులుగా నమ్మికొని, కన్నులఁగప్పికొని, సూర్యకిరణంబుల నైన సోఁకనీఁక, మాచెంతఁ బాయక యునిచికొని, యెట్టులో కాలముఁ ద్రోయుచుండ దైవమునకుఁ జూపోపకపోయెనే! అన్ని రోగములకన్న మిన్నయగు వార్ధక్యరుజలు మమ్ముం గాసించుచుండ, నక్కటా! మాకన్నచిన్నారి, మాముచ్చటలదొంతి, మాప్రాణపదము, మమ్మిటుల వెతఁగుందుమని నిర్దయం డించిపోయెనే! అయ్యయ్యో! ఎట్టి

యాపదలపాలాయెనో? ఏమిగతిఁజెందెనో? ఎన్నివగలఁబరితపించెనో? ఇఁక నేమిగతి? కటకటా! ఇన్నిదినములుగాఁ దిరుగుచున్న మనచారుల కాచారునయన పోకడ యించుకేనియుం దెలియదాయెనే! నేనేమిసేయుదు? నాయానందరాశి, ననుఁ గన్నమ్మ లేనిగడియ యుగంబుగాఁ దోఁచుచున్నది.

ఆ. వె. చిన్నియడుగుముద్దు చిన్నెలులేనిల్లు
మేడ లైననేమి కాఁడుకాదె?
బుడుతలేని రాజ్య భోగము ల్గాల్పనే?
తనుజు లున్నవారె ధన్యు లెందు.

సు[illegible]—రాజశేఖరా, మీదుఃఖమున కవధిలేదు. నిక్కమే కాని, మీవంటి ధీరులే [illegible]మరులచందమునఁ బరితపించ సామాన్యుల నననేల?

క. ఎందాక నంట వాపద
లందాక మహానుభావు లందఱు మహిలోఁ
బొందుగ నాపన్నికషము
నందిననే భూరిధర్మ మరయంగ నగుఁ. మఱియు.

ఆ. వె. [illegible]టఁ బెట్టి చెఱిగఁ జిట్టుఁ బొట్టేగడు
గట్టి గింజ లేమొ యట్టె నిలుచు,
నట్లెయిడుమలందు నల్పులు నధికులు
దేలుచుందు రవనిపాల, యెందు.

ఉ. ఆపదలందుధైర్యము, మహాభ్యుదయంబున నమ్రభావముం
గోపముపాపచింతనలఁ గూరిమిసజ్జనులందుఁ గార్యముం
దోఁపిక, భృత్యులందనుచితోక్తియు, భూతములందునెమ్మి, గౌ
రీపతియందుభక్తి, ఏవరింప మహాత్ములసైజ ధర్మముల్.

రాజన్యమాన్యా, కర్తవ్యము విచారింపక యూరక దుఃఖించుట కాఁగల కార్యంబులకుఁ గుఠారముకాదె? యుక్తాయుక్తపరిజ్ఞానసుప్రసిద్ధులగు మీయంతవారలకుం జెప్ప నేనెంతవాఁడను.

వసు—మంత్రివరా! నీవెంతచెప్పినను, నావంతయావంతయేని గోఱంత కాదయ్యె. అయ్యో! నాకుఁగలదుఃఖము! హా! కనిపెంచిన వారలకు, తన మాంసంబు మాంసంబుగాఁ దనరక్తంబు రక్తంబుగా, వెలయు వంశస్తంభంబుల యెడబాటునంగలుగు దుఃఖంబు తెలియును. కటకటా! ఆచారులెంతయవిచారులు?

దౌవారికుఁడు ప్రవేశము.

దౌ—మహాప్రభూ. జోహారు. కోసలపురమునుండి విప్రపుంగవుఁడొకఁడు వచ్చి తమయాజ్ఞం బ్రతీక్షించుచున్నవాఁడు. ఎంతచెప్పినను, పట్టుపట్టి కదలకున్నవాఁడు.

సునీతి—ప్రవేశపెట్టుము.

దౌ—చిత్తము (నిష్క్రమించును. విప్రుఁడు ప్రవేశము)

వసు—(ఎదురొక్కొని) భూసురోత్తమా, నమస్కారము.

విప్రుడు—స్వస్త్యస్తు, రాజేంద్ర ఆయుష్మాన్భవ.

వసు—అయ్యో నాదురదృష్టమా! నాకన్నకూఁతును, నాముఱిపెములచిన్నారిని, అడవిపాలుసేసి దినంబొకయుగంబుగా బ్రదుకేబరువుగా జీవించుచున్న కడువృద్ధుండగు నావంటి నిర్భాగ్యున కిట్టి యాశీర్వాదమా? నేఁగిట్టిన నీదుఃఖమనుభవించువారు [illegible]లా? "పాపీచిరాయు" వన్నరీతి నిఁక నేనెన్నికల్పములు జీవింపవలెనో.

విప్రుఁడు—నృపతిసత్తమా, ఊరడిల్లుము. నేనుకోసలపురనివాసిని. మీకూఁతురు—అయితే.

వసు—ఏమేమి! నాకూతురు?

విప్రుఁడు—నృపవరా, యిందులకింత యాతురత?

వసు—అయ్యో! "ప్రసవవేదనాగౌరవము గొడ్డురాలెఱుఁగునెట్లు"? అయ్యా, "నీకూఁతురు" అనియంటివి. జీవించినదా, గతించినదా? ముందుచెప్పుము.

విప్రుఁడు—సుఖముగా నున్నది. చింతిల్లకుము.

వసు—సునీతి—నిక్కమా? నిక్కమా? నిక్కమా?

విప్రుఁడు—అయ్యలారా, నామాట శిలాక్షరము, ఇట్లని మా ప్రభావతీదేవి చెప్పియంపెను. (చెవిలో)

వసు—(అతనిం గౌఁగిలించికొని తనమెడలోని హారము వేయుచు) భూసురవరా, పోయినప్రాణము రప్పించితివి, నీరైనగుండియు గట్టిపడెను. మంత్రీ, ఇఁక బాలికను రప్పించు వెరవాలోచింపవలెను. మొదట దేవికిం బుత్త్రశోక శమనము చేయందగు రండు.

విప్ర-సునీతి—చిత్తము. చిత్తము.

(అందఱు నిష్క్రమింతురు.)

2 వ రంగము.

కోసలపురి అంతఃపురము.

ప్రభావతియు, చిత్రరేఖ, విలాసవతు, లను సఖులును. మాలతియుఁ బ్రవేశించుచున్నారు.

ప్రభా—బిడ్డా, మాలతీ, వగవకుము. దైవగతి యెరికిందప్పు

గీ. రాజసూయంబొనర్చిన రాజుమహిషి
హరుని నెదిరొడ్డి తాఁకిన నరునిపత్ని
రమణి పాంచాలి యుండె సైరంధ్రియయి
విరటుసతిఁ గొల్చి యేడాది వింతకాదె?

మాలతి— అమ్మా నామాట యటుండనిండు, అకటా! నను గన్నవారు-

మ. ఎటులున్నారలొ నన్నుఁ బాసి పెతవారెట్లోర్చిరో, యిన్నినా
ళ్లెటకే సేగిరో? యెంత వారడలిరో? ఏమందు? నావంతమి
కుట్టమైతోఁచె నిమేషమే యుగముగాఁ గ్రూరంబునా వ్రాఁత, యిం
కెట కేఁ బోవుదు కెళ్లిసేయుదుఁ గటా! యింకెట్లు కానున్నదో?

ప్రభా—కుమారీ! అధీరలవకుము, మనమంపిన యాబ్రాహ్మణుఁడు శుభవార్త దెచ్చునంతవఱకు మ...ది నుండుము.

ఉ. కమ్మనిమోవి కెంపు కసిగందెఁ గదమ్మ వెడందయూర్పుచే,
తమ్మిగునెమ్మొగమ్ము కళలింకెఁ గదమ్మ మహాశ్రుధారఁ, గాం

దమ్మలలీలఁ గన్నుఁగవ దాల్చెగదమ్మ, సహింపుమమ్మ, మా
యమ్మకదమ్మ, మాటవినుమమ్మ, శుభమ్మగునమ్మ, మాలతీ.

చంద్రకళ. సకియ, జన్మంబనుపొలంబున సస్యములు సత్కర్మముల్
వికటమౌ చింతలనుకలుపులు వెలయు నెల్లెడలన్
ప్రకటభక్తిజ్ఞాననఖములఁ బరమసజ్జనసేవలం
జకచకం బెకలింపవలెసార్థకము దేహముగాన్.

విలాస—అమ్మా సుఖదుఃఖములు దైవాయత్తములై యొకటివెన్నుక నొకటి జీవులకుం గల్గుచుండు.

చిత్ర—వెన్నెల, కొన్నినాళ్ళు, చీఁకటి, కొన్నినాళ్ళు. ఇవిలోకానుభవసిద్ధమే కదా.

ప్రభా—నిజము.

గీ. చక్రమున కంటినట్టి రజఃకణంబు
భ్రమణ మందెట్లు క్రిందికిఁ బైకిఁ దిరుగు,
నట్లె జీవుండు కాలచక్రానుయుక్తి
దుఃఖసుఖముల రెండింటఁ దూలుచుండు.

మాలతి—అమ్మలారా!

గీ. చుట్టుపట్టులఁ గార్చిచ్చు చుట్టిరాఁగ
దిక్కుఁగానక నిలుచున్న దివ్యవృష్టి
కురిసియారినయట్లుమీకూర్మిఁ బలుకు
పలుకు లమృతంపుఁ జినుకులై పాపె వెతల.

ప్రభా—రాజపుత్త్రి!

గీ. మహిని సౌజన్యమే వశ్యమంత్ర మెందు,
నదియుఁ గలవారి నందఱు నాదరింత్రు
గుమగుమ ల్నించు మల్లికాకుసుమ మెవరు
కాంచి తలదాల్ప కుందురుకర మలరుచు?

మఱియు "నోరుమంచిదైన నూరుమంచిదగును" గదా. కావున నాకిది మొదలు నీవు మాయిందిరకుందుల్యవయితివి. నీపుట్టినింటివార్త తెలియునంతవఱకు మాయింటసుఖంబుండుము. మాయాచార్యుఁడగు కౌశికుఁడునీకు సముచితశాస్త్రోపదేశములచే మనస్సమాధానముం గల్పించెడు. నీవును మాయిందిరకు పాటపద్దెంబులంజెప్పి బుద్ధిఁ గఱపుచుండుము. ఓచిత్రరేఖా! నీవు మాలతికి నిందిరం జూపి కౌశికాచార్యులతో నాయమంగనిపెట్టియుండుఁడని నామాటగాఁ జెప్పి నాటకశాలయందు విడిదికుదిర్చిరమ్ము పొమ్ము. మాలతీ, నీవీచిత్రరేఖవెంటంజనుము.

చిత్ర—రావమ్మా. (చిత్రరేఖయు మాలతియు నిష్క్రమింతురు)

ప్రభా—మనము పూజాగృహంబునకుం జనువేళైనది రమ్ము.

(నిష్క్రమింతురు)

3 వ రంగము.

వింధ్యాటవి దుష్టబుద్ధి ప్రవేశము.

దుష్ట—మత్తకోకిల. నాకునాకని యన్నదమ్ములొనర్చి వాదొకయావుకై
పైకిఁ గొమ్ములొకండుకాళులఁ బట్టియొకఁడు లాగఁగా
జోకఁ బాలనుబిండితావిరి సొంపుమీఱ వకీళ్లపో
నీక, వారికిలాభమేమననేల? పొద్దులుఁదన్నలే.

సెబాసు! సెబాసు! తిమ్మఁడుచావనీ, తిమ్మఁడు చావనీ యనియన్నదమ్ముఁడు చచ్చెనఁట. నాకుఁడోపీ వేయవలెనని భీమవర్మయు, వానికిఁడోపీవేయవలెనని నేను నాలోచించుచుండఁగా నడుమ వాఁడొకఁడు వచ్చి మాయిద్దఱకు సీమకుళ్ళాయివేసి యాపిట్టంగ్రద్దవలెఁ దన్నుకొనిపోయెను. "చెఱుపకురా చెడెద" వను లోకోక్తికలదు. తానొకటి యాలోచించిన దైవమొకటి యాలోచించెను. దొంగిలఁబోయినదొంగ దుప్పటింబోగొట్టుకొన్నట్టున్నది. అయినం గార్యసాధకుఁ డెప్పుడు నోటిలో వ్రేలుబెట్టుకొనియుండఁడు. "క్రిందట్లు మీదట్లు కృష్ణంభట్ల" ని పడుచు లేచుచు నెట్టకేలకుఁ దనపని నెఱవేర్చుకొనును. మంచిది. భీమవర్మ నుసికొల్పెదను. (నిష్క్రమించును)

భీమవర్మ ప్రవేశము

భీమ— "ఆశాచపరమందుఃఖమ్, నిరాశాపరమంసుఖమ్" ఇఁకనేల ? నా పని యుభయభ్రష్టము సుపరిసన్యాసమైనది. అనుకొన్న దమరమి, ఉన్న దూడుట. ఆనునీతిగానికి మొదటనుండి నామీఁదనే కన్నులు. మాళవునిచెవిఁ గొఱికి నన్ను దేశభ్రష్టునిం జేయించెను. నీటిలో మునిఁగిన నాకునిఁక చలియేమి ? వచ్చునది రానీ, ఇఁకనొక మంచిసొగసైన యెత్తు వేసెదను. దానికి దుష్టబుద్ధిసాహాయ్య మవసరము. వానితోఁజెలిమి పాముతో సరసము. అయినఁ గార్యసాధకునకు "నందితే జుట్టు నందకున్నఁ గాళ్ళు" ని యుండనేయున్నది. వసుదేవునంతవాఁడు గాడిదకాళ్ళుఁ బట్టుకొనలేదా ? అంతకంటె నాదేమియెక్కువ ? అదిగో ! ఎవరో వచ్చుచున్నట్లున్నది.

దుష్టబుద్ధి ప్రవేశము.

దు—ఆహాహాహా ! భీమవర్మేనా !

భీ—నూఱేండ్లాయుస్సు ! నిన్నిప్పుడే దలంచితిని.

దు—ఏమి మీదేశవార్తలు ?

భీ—ఇఁక నాకాగొడవెందుకు ?

దు—ఔరా ! వైరాగ్యము ! "వృద్ధానారీ పతివ్రతా" యన్నట్టున్నది.

భీ—ఇఁకనేమి నాపుట్టిమునిగినది. మంత్రిమాటలువిని నాయందనుమానము తోఁచి మాళవుఁడు నన్ను దేశభ్రష్టునిఁ గావించెను.

దు—ఇంతియేకదా ? మాలతిమాట యేమిచేసితివి ?

భీ—బాగు, బాగు ! "మ్రింగ మెతుకులేదు మీసాలకుసంపెంగనూనె" యఁట. మొనగాండ్రమిద్దఱముచేరి "కొండనుద్రవ్వి యెలుకం బట్టితిమికదా !

దు—పట్టినదగతయు బంగారవుటకు బ్రహ్మకొడుకులమా ? నూఱావులలో నొక యావు చేఁపిననెంత చేఁపకున్న నెంత !

భీ—నీకున్న నిబ్బర మందఱకు నుండవలదా ?

దు—లేకున్న నీకైన పోటేమి? ఏదియో, ఆకాశమునకు నిచ్చెనవేసియున్నావు. కనుకనే, "అతివినయం ధూర్తలక్షణ" మన్న తెఱంగున నిట్లుంటివి. అదట్లుండనీ. ఇప్పుడు మాలతి యెచ్చటనున్నది?

భీ—పుట్టినింటి కింకనురాలేదు. కోసలపురినుండి రప్పించుకొనుటకు సన్నాహము చేయుచున్నట్టు కింవదంతి.

దు—నీకు నిష్కర్షగాఁ దెలియునా?

భీ—నాకంతకుఁబూర్వదినమందే యుద్వాసమయినది. అయినను, ఇట్టి వబద్ధములు పుట్టునా?

దు—మాలతికి నీయందనుమానము కలదా?

భీ—లేదని దృఢముగాఁ జెప్పఁగలను.

దు—అయిన, మాళవదేశమునుండి మాలతిం దెచ్చుట కచ్చటివారలు కోసలమునకుం జనక మునుపే మనమెట్లయిన దానిని సాధింపవలెను.

భీ—(తనలో) మార్గమునకుఁ దానే వచ్చుచున్నాఁడు. (బహిరంగముగా) అది యెట్లు సాధ్యము?

దు—నాయనుచరులం గొందఱ నీకప్పగించెద. నిన్ను మీమామగారంపిన ట్లభినయించి మున్ముందు సాగించుకొని రావలెను. "ధైర్యం సర్వార్థసాధక" మ్మని యెఱుంగవా? రమ్ము. ఉచిత మాలోచింతము.

(నిష్క్రమింతురు)

4 వ రంగము

కోసలపురిలో ప్రభావతీమందిరము.

వీరసేనుఁడు, ప్రభావతియుఁ బ్రవేశించుచున్నారు.

వీర—అక్కా! కీలు నీలోనున్నది.

ప్రభా—వీరసేనా! నాకేల యీలేనిపోని నిష్ఠురము? ఇదిగో నీచేతిలోచేయివేసి చెప్పెదను. నాయడ్డంకి యేమియునుండదు. ఈశ్వరుఁ డనుకూలించిన నాకు నీతో వియ్యమందుటకంటె నపేక్షణీయ మన్యముండునా? నీ వట్లనుకొన్నావుకాని,

రామగీత. ఎలమిఁ బుత్త్రులు పౌత్రు లెవ రెందఱున్నన్
దులలేనిసిరులు నాథుని యింటనున్నన్
లలనామణుల కెల్ల లాగు డెందంబున్
దలపోయఁబుట్టింటి తలఁపు లెవ్వేళన్

ఉ. మింటికినంటి నల్దెసల మేకొని కొమ్మలు రెమ్మ లెన్నియో
కంటికి వింతఁగూర్చినను గాటఁపునెమ్మినిమఱ్ఱిచెట్టు, చె
ల్వంటిన యూడల నక్కరములన్ జననస్థలిఁ గౌఁగిలించుఁ,బు
ట్టింటి ప్రభావమిట్టిది మహి న్మఱవంగఁదరంబె యింతికిన్.

కావున, తమ్ముఁడా! ఈవిషయమందు నీకంటె నా కెక్కుడుమక్కువ కలదు. సంశయింపకుము. అయిన, దైవ మెట్లాలోచించెనో ? బాలికకుఁ బెండ్లిప్రాయము బొత్తుగాలేనందున సదుపాయ మేమియుం దోఁపకున్నది. వివేకవిచక్షణుఁడగుచు రాజ్యభారము నిర్వహించుచున్న ప్రాయఁపుసుతునితో నియ్యది పలుమఱు ముచ్చటించుట భావ్యముగనుండునే ? నేఁజెప్పఁదగినదంతయుఁ జెప్పితిని. కులగురువులగు కౌశికులచేఁ జెప్పించి చూచితిని. ఈడుమీఱిన తనయుని యెన్నిదినము లిట్లుచూతును. నాకున్న దాయొక్కమొలక. "కఱువుమనినఁ గప్పకుఁగోపము. వదలుమనినఁ బామునకుఁ గోపము" ఇట్టి త్రిశంకుస్వర్గమందుఁ జిక్కుకొన్నాను. నీ వానాఁడు చెఱఁదప్పించిపంపిన యారాజసుతకున్న వయస్సుండిన మనయిందర కింతకు మును పెప్పుడో ముడి పడియుండును.

వీర — ఔను. దానికి మన మేమి చేయవచ్చును ? ముఖ్య మాఁడుబిడ్డలఁ గన్నవారి బ్రదుకిట్లు తెల్లవాఱుచుండును. అనుకూలదాంపత్యము దుర్లభము. చేసినసంబంధము విపరీతముగాఁ బరిణమించినచో మనచేతులార మనబాలికలను, బెనులోఁతునూతం ద్రోసిన దోషముసిద్ధించును. అట్లని పెండ్లి మానుకొనుటకు ఆఁడుబిడ్డకదా !

ఆ. ఆఁడుబిడ్డపుట్టినది మొదల జ్జనకుల
పౌరుషంబుఁ బాపి పాడుసేయు

వెన్నుపుట్టి చెఱకుఁ బ్రిదిలించి తీపెల్లఁ
చీల్చి పిప్పిచేయు విస్మయముగ.

మఱియు,

గీ. బిడ్డనిచ్చినవారలు బింకమెడలి
యొట్టియవమానమైన సహింపవలయు
జగములనుముంచు జలనిధి శౌర్యమెడలి
కట్టువడెఁగాదె రామభూకాంతుచేత.

ప్రభా—సోదరా! నీవిట్లేల యూరక పరితపించుచున్నావు? ఇప్పుడు మనకన్యకేమంతయీడుమీఱినది? ఇంకను పదిరెండవయేఁడు రాలేదు. క్షత్రియ కన్యకలకు వయోనిర్బంధ మంతబాధింపదుకదా! పుట్టించిన జగదీశ్వరుఁ డావేళకుఁ దానేపుస్తెకట్టించును.

వీర—అట్లనిమనమూరకయుండఁదగునా? పొలము చక్కఁగా ఫలించుటకు ముందు నందుంగల ముండ్లు గుండ్లు తొలగించుట కృషీవలునిఁ జెందినదికదా ఒకవేళ మనమాలోచించికొనిన కార్యమునకు నమ్మాళవసుత ప్రతిబంధముగా నేర్పడునేమో!

గీ. చారుగుణశీల, రూపసౌజన్యలీల,
బాల శశిఫాల, విమలదర్పణకపోల
నళిచికురజాల వినయవిద్యాలవాలఁ
గన నృపునినేల నాట దంగజునికోల?

ఈగండముతప్పినఁగదా ముందుమాట.

ప్రభా—(నవ్వి) పిచ్చివాఁడా! ఇట్టివిషయములందు స్త్రీలకుఁ బురుషులాయుపదేశికులు? నీకాచింతవలదు. సుఖముగా వెళ్ళిరమ్ము.

వీర—అయిన నాకనుమతియా?

ప్రభా—మంచిది. (వీరసేనుఁడు నిష్క్రమించును)

(పొంచి వినుచుండిన చిత్రరేఖా విలాసవతులు ప్రవేశించుచున్నారు)

చిత్ర—అమ్మా! ప్రభావతీ! లోకస్వభావ మిట్లుండెనుగదా! పాప మామాలతిచేసిన పాపమేమి? కటా!

గీ. వట్టి శంకాగ్నికీలలఁ బతుల వ్రేల్చు
నతివల కసూయ నెలకొల్పు నాత్మమాన
బాధకంబగు విషయప్రబోధకమగు
సుగుణములమాట రూపంబ సుదతిచేటు.

విలాస—నిక్కము. మాలతియవస్థ లకెల్లదాని సౌందర్యమే మూలము.

ప్రభా—సఖులారా! దానిగుణాతిశయ మెంతయయోమయంబులగు మనంబులకు సూదంటురాయి కాదె? దానిం గాంచినంత నామనంబు నాకర్షించె; మాటలాడినంత నావలపు దశగుణంబులుగా వశంగతఁ జేసికొనియె.

విలా—చ. పొలఁతులఁజూడమో? యలరుబోఁడులతోడను గూడియాడమో?
నెలఁతుకలార! యెందు రమణీమణుల న్వలపించుబోంట్లనీ
యిలఁ గనుఁగొంటిమే? అహహ? ఎంతటిచోద్యము కాంతలీగతి
న్వలచినఁ గార్యమేమి మగవారిననంగ ననంగమాయకున్.

చిత్ర—కావున, దేవీ! మాలతి సుమనోభిరామచక్రవర్తిగారి దృష్టిపథ గోచరంబు కాకుండఁ గనిపెట్టవలయు.

ప్రభా—అట్లయిన మనమే నాటకశాలకుంజని యాచార్యులగు కౌశికులతోఁ బ్రస్తావించుట యుక్తమనితోఁచుచున్నది. వెళ్ళుదమురండు.

(నిష్క్రమింతురు)

5 రంగము.

చేటి- చిత్రపటము చేతనిడుకొని ప్రవేశించుచున్నది.

చేటి—ఔరా! ఈచిత్రపటము! నాతమ్ముఁడింత ప్రజ్ఞాశాలి యవునని యెవరనుకొనియుండిరి? దీనింజూడ వేయికన్నులుచాలవు. ఇది మాసుమనోభిరామసార్వభౌమునచ్చొత్తినట్లున్నది. దీని రేపతనికి సమర్పించుకొని, గొప్ప బహుమతిం బొందఁదలఁచినాఁడు. భావజ్ఞులు చూచి, సంతసించినఁగదా పనివాని విన్నాణంబు ప్రశస్తిఁ జెందును. అట్టివా రొకతూరి చూచి తలయూచినఁ బదివేలిచ్చినట్టుగాఁ జిత్రకారుఁ డానందించును. ఎవరిలోపములు వారికిఁ గానరావు. కావునఁ దెలిసినవారికిది చూపుమని నన్నతఁడు

కోరెను. దీనిం జిత్రరేఖకడకుం గొనిపోయెద. అదిగో! నాటకశాలనుండి మాలతి వచ్చుచున్నది. ఎవరయిననేమి? చిత్రరేఖమాత్రము కిరీటము పెట్టుకొన్నదాయేమి?

మాలతి ప్రవేశము.

చేటి—అమ్మా! వందనము.

మాలతి—చేటీ! ఎక్కడకు వెళ్ళుచుంటివి? నీచేతిలోనిదేమి?

చేటి—ఇదియా? ఒకచిత్రఫలకము.

మాలతి—ఎవరిది?

చేటి—సమ్ముఖమున రాయభారమా? నీవే గుర్తించిచెప్పుము.

(అని పటము చేతికిచ్చును)

మాలతి—(చూచి)

ఉ. క్షీరముగారుచెక్కిళులు, చేరలకెచ్చుగు కన్నుదామరల్,
బారనుమీఱుపెన్నుఱుము, వాతెఱముద్దులుమూటఁగట్టు, శ్రీ
కారములౌను వీనులు, నకారము కౌను, ముఖాబ్జమిందిరా
గారము, ఇట్టిచెల్వ మెటఁగంటిమె? వింటిమె? తెల్పు తొయ్యలీ.

చేటీ! ఈ యద్భుతరూపలావణ్య మూహించి లిఖించిన ప్రాజ్ఞుఁడేమి ప్రజ్ఞ. బ్రహ్మసృష్టియం దిట్టిసచేతస్వరూప మేచోటనైనంగలదా?

చేటి—ఇదేమమ్మా? ముంజేతికంకణమున కద్ద మొకటియా? అజ్ఞునిచేతికిచ్చినను దప్పక సుమనోభిరామభూపతియని జెప్పఁగలఁడు.

మాలతి—ఎట్లు? ఎట్లు?

చేటి—ఎట్లయిననేమికాని, నాకుఁబ్రొద్దుపోయినది.

(పటము లాగికొని నిష్క్రమించును)

మాలతి—ఇది సుమనోభిరామచక్రవర్తి స్వరూపమా! నాతల్లిదండ్రులు నన్నిచ్చి పెండ్లిసేయఁదలంచిన దీమనోభిరామునకేనా?

సీ. ఇదియేమిచిత్రమో ? యింత విచిత్రమే ?
ఇట్టి సౌందర్య మెందేని గలదె ?
ఉండునా ? ఉండదు. ఉండునేమోగాని
ఉండఁబో- ఉండిన నుండుఁగాక
సుమనోభిరాముఁడా ? సుదతిమాటలకేమి ?
అకట ! ఏలొకో మది వికటమయ్యె
కనిరెులుంగనిదేటి కలఁతయో ? తెలియది
దొకవిథంబయినది యోర్వరాదు
గీ. నేనునేఁగానా మాటలనేర్పులేదొ
ఏల యిట్లైతిఁగారణ మెఱుఁగరాదు,
మేను వడవడవడఁకెడు మిగుల నహహ !
ఎవరినేమందు ? నిందుల కేదిమందు ?

ఓహో ! ఇదేమి ? ఇట్టి బహిరంగమందు నేనెంత వెఱ్ఱిని !

(అని నిష్క్రమించును)

(భీమవర్మయు, సిపాయిల వేషములతో దొంగలును ప్రవేశించుచున్నారు)

భీమ—మిత్రులారా ! కార్యసాధకుఁడుసాధక బాధకముల నన్నియుఁజక్కఁగ నాలోచించుకొనవలెను. కేవలము సాహసము ప్రాయికముగాఁ గార్యనిర్వహణమునకుం దగదు. దేశకాలసందర్భములు, అనుకూల ప్రతికూలములు, ఉచితమగు నాత్మరక్షణము, ఇవి ముఖ్యముగాఁ బాటింపనగు. కావున, సాహసించి యొక్కమాటే, రాజసమ్ముఖమున కరుగుటకంటె, నంతఃపుర దాసీమూలమున, భావ్యముం బర్యాలోచించుటొప్పు. పాముకాళ్ళు పామునకే తెలియును గనుక, స్త్రీలమూలముగానే యాగుట్టుం దీయవలయు.
సిపాయిలు—ఇదిమేలైన యుపాయము.
భీమ—అట్లైన రండు. (నిష్క్రమింతురు)

6 రంగము, రాజసభ.

(సుమనోభిరాముఁడు, మంత్రి- సుమంత్రి, సేనాని- వీరసేనుఁడు, మఱికొందఱధికారులు, భల్లాకభట్టు, వీరుప్రవేశింతురు)

సుమనో—సుమంత్రీ, నాకేమియుందోఁపకున్నది. రాజ్యమునందేమూలనల్పిష్ఠమగు కంటకమున్నను నాకునిద్రపట్టకుండు.

భల్లాక—సుమనోభిరామసార్వభౌమా, సుమనస్సుకుమారులగు రాజపుత్త్రులకు మీకే యీయవస్థగాని, మిన్నువిఱిగిమీఁదఁ బడినను నానిద్రకేమాత్రము ఛలనముండదు.

సుమంత్రి—మూర్ఖుఁడా, ఆ. వె. కడుపులోనిచల్ల కదలకుండఁగ నెట్టి
యిడుములందనీక యెపుడు ఖేఁడు
కంటిరెప్పమాడ్కిఁ గాచియుండఁగఁగదా
నీకు నాకు మొద్దు నిద్రపట్టె.

రాజపుత్త్రులతిసుకుమారులన్నఁ బ్రజలకష్టములేమాత్రమైనను, జూడనోపని చిత్తవృత్తిఁగలవారని భావముకాని, దుర్బలశరీరులని కాదు.

వీర—నిక్కము.

మ. అరిదోర్గర్వవినాశసాధనధనుర్జ్యాకర్షణప్రస్ఫుటో
త్కరరాజత్కిణు లస్త్రభీకరగదాఖడ్గప్రహారవ్రణ
స్ఫురదుద్వక్షులు శౌర్యదక్షులు క్షితిక్షోభాపనోదక్షముల్
వరరాజన్యులసౌకుమార్యము ప్రజాబాధాసహిష్ణుత్వమే.

సుమంత్రి—రాజేంద్రచంద్రమా! మీరుసింహాసనమధిష్ఠించినయీకొలఁదికాలములోనే, ప్రజలయందన్యోన్యమైత్రి యెక్కుడుగనెగడె, రాజ్యము శ్రీరామరాజ్యముఁగనున్నయది. కొందఱక్కడక్కడ దుష్టబుద్ధి ప్రబోధితచేతస్కులై, యరుంధతీనక్షత్ర సదృక్షులుగ, నేమూలలందో డాఁగి, కొన్నికుట్రలు చేయుచున్నను, మీకును బ్రజలకుంగల జనకసుతన్యాయము, భరతఖండ

మునందువలెనే దేశభాగములందును లేదని నొక్కి వక్కాణింపగలను. ఇందలిప్రజలు, దయాసముద్రియగు మీతల్లిప్రభావతీదేవి యంతఃకరణశుద్ధి ననవరతము స్మరించి స్మరించి, ఆచంద్రార్కముగా నేకచ్ఛత్రాధిపత్యమ విచ్ఛిన్నముగ వర్ధిల్ల నీశ్వరునిం గృతజ్ఞులై కొనియాడుచున్నారు.

సుమనో:— మంత్రీ! మాతల్లి నాకొకప్పుడిట్లని బోధించెను.

క. ప్రజయనసంతానం, బది
ఋజుగతిఁ బాలించునట్టి నృపతి జనకుఁడే
నిజముగ; నదివెతఁ గాంచిన
రజనిచరుఁడ కాఁడె? పేరె రాజుతలంపఁ.

ఈసముచితోపదేశమును గడవకుండ ననువర్తింపఁగలనాయను ననుమానముమాత్రముగలదు. ఇంతవఱకు నాకుంగలిగిన బ్రఖ్యాతికిఁ గారణములు తల్లియొక్క శిక్షయుఁ బ్రజలయొక్క ప్రభుభక్తిపురస్కృతమగు క్రమప్రవర్తనయునని తోఁచుచున్నది. మీరందఱు మనుష్యమాత్రుఁడనగునన్ను వేంరువుంజేసి గౌరవించుటచేతనేగదా చక్రవర్తినయితిని, విద్యావినయవివేకశౌర్యౌదార్యాదిసకల సద్గుణసంపదఁ గలిగి యఖండప్రజ్ఞాధురంధరులగు మీవంటి సత్ప్రజలు వేనవేలు నాకుండనిఁ కఁ గీర్త్యపకీర్తులు మిమ్మ్ఁగాని నన్నుఁ జెందవు.

ఆ. వె. పెంచిపెద్దఁ జేసి విద్యబుద్ధులుచెప్పి
భారమంతవారిపైన మోపి,
జనకుఁ డూరకుండుఁ దనయులామీఁదట
వానిఁ బ్రోచి గౌరవంబుగాంత్రు.

ఓయధికారులారా! మీకు భగవంతుఁడనుగ్రహించి మన్ముఖమున నియమించిన, యధికారములఁ బరిపాలించుటయందే మాత్రమక్రమముగాఁ బ్రవర్తించినను, ప్రమత్తులై ధర్మబద్ధులుగాక, యర్థార్జనైకతత్పరులై ప్రజల వేధించితిరేని, తప్పక యాత్మద్రోహము, స్వామిద్రోహము నీశ్వరద్రోహము మిమ్మంటి, యైహికాముష్మికదూరులంజేసి, వానియఱగాసిఁ జెందించును.

సుమంత్రీ, నీవిదివీరలకెఱుంగం దెలుపుము.

మంత్రి—అధికారులారా వింటిరికదా! రాజశాసనము శిరసావహించి మీమీ కార్యములందుఁ దగిన జాగరూకతతో మెలంగి, మీకు గౌరవార్హములగు గొప్ప యధికారములొసంగినందులకుఁ గృతఘ్నులుగాక రాజ్యతంత్రములనిర్వహింపవలయును. సర్వేశ్వరుఁడందులకుఁ దగినమనోధైర్యము మీకు నొసంగుఁగాత.

చ. అలసులుగాక లంచములనంటక ధర్మము నీతినెంతయున్
దొలఁగక, పేదసాదులను దొందరపెట్టక, యాత్మలాభమే
తలఁపక, సత్యమేమఱక, ధైర్యమువీడక, భేదమెంచకే
మెలఁగుఁడు రాజ్యకార్యముల మిక్కిలి పాపభయంబునెక్కొనన్.

సుమనో—మంత్రీ! ఇఁక మీరందఱు సుఖముగా వెళ్ళిరండు.

(వారునిష్క్రమింతురు)

(భల్లూకభట్టుంగాంచి) మిత్రమా, నీవెంత మారీచుఁడవోయి. ఇంతవఱకు నాకేలయీమాటం దెల్పవైతివి?

భల్లూక—నీయాకులోవడ్డించిన పదార్థములందిదిపప్పు, ఇదియుప్పనిచెప్ప నొకరుండురా?

సుమనో—నీకది తెలియదు కాఁబోలు మేమంతటియవివేకులము గనుకనే మాకట్టివారొకరుందురు: కనియంధత, విని బధిరత, జనపతులకు నరయ నెచట సహజముకాదే?

భల్లూక—సరిసరి! ఇట్టిపరిజ్ఞానహీనులా, రాజ్యమునందు మూలమూలలనున్న ప్రజలదుఃఖములరసిపోషించువారు? 'తనవిస్తరిలో గాడిదపొర్లాడుచుండ నెదుటి విస్తరిలోనీగను జోపబోయిన' ట్లున్నది. మీయింటిలోజరుగుచుండువార్తకు నన్నాక్షేపించెదవేమి?

సుమనో—ఇది మిక్కిలి యాశ్చర్యము. నాతల్లి యెంతచిన్నమాటైన నాతోనెప్పుడుం జెప్పకుండునది కాదు. దీనికింతగుట్టేలొకో? చెలికాఁడా నీవాకలికిం జూచితివా?

భల్లూక—ఇఁకనీకుఁ జెప్పనా బ్రహ్మదేవుఁడే లేచిరావలెను. తలఁదీసి చేతికిచ్చినను గారడీవిద్యరయే యనుచున్నావు. నావెంటఁబెట్టి మీమామ వీరసేనుఁడే మీతల్లికడకనిపెను. ఈకంటితోనే, ఆబాలికంజూచితిని. ఈనోటితోనే పలక్కరించితిని. ఇఁకనేమి?

సుమనో—ఆలాగా? అయితే దీనికింతరహస్యమేల?

భల్లూక—ఏమో? మీసుగుణసంపద మీతల్లికిం దెలియవలె. మీమామకుం దెలియవలె, లేదా మీమఱదలిందిరకుం దెలియవలెనుగాని మాకెట్లు తెలియును.

సుమనో—(నవ్వి) అట్లనా?

భల్లూ—ఎట్లనో, నాకేల? (అనివెళ్లఁబోవును)

సుమనో—(పైబట్టంబట్టికొని నిలిపి) పరుగెత్తుచుంటివేల?

భల్లూక—నాకాకలియెత్తుచున్నది. వదలు, నీపుణ్యము.

సుమనో—నాకులేని యాకలి నీకప్పుడేకలిగెనా?

భల్లూక—నీకేమి మహారాజువు. తెల్లవారకముంచే మీతల్లి చద్దియన్నము కంచములోతోడి నిద్రలేపును. దానిపైన కాఫీ మాకట్లమరుటకు, దరిద్రదేవత పెద్దబండవలె నడ్డుపడుటట్లుండ, బ్రాహ్మణ్యమొకటి కాలిపోయినదికదా? ఈగ్రహచారమునకుఁ దోడుగా, మాయింటిలో దానికి నెలకు మూడుముట్లు.

సుమనో—అయిన నిదొక్కమాటయే (అని చెవిలో)

భల్లూక—(తలనాడించుచు) ఆలాగే. (నిష్క్రమించుచుండఁగా సుమనోభిరాముఁడతని వెన్నుదట్టుచు నిష్క్రమించును)

7 రంగము.

ఉద్యానవనము.

విమల, సునంద, (ఇద్దఱు సేవకురాండ్రు) ప్రవేశింతురు.

[illegible]—ఓహెూ! సునందా! ఎక్కడికంతవడి?

సు—విమలా! ఎఱిఁగియు నెఱుఁగనిదానివలె నటించెదేల?

వి—చెలీ! నీయాన, నేనెఱుఁగ.

సు—మంచిది. నీ వెందుల కరుగుచుంటివి?

వి—నేను జెప్పినఁగాని నీవు చెప్పఁగూడ నంతటి చిదంబరరహస్యమేని నా కేల యీ గొడవ?

సు—విమలా! మనలో మన కట్టి రహస్యము లుండునా? వినుము. మాలతితండ్రికి వచ్చుప్రాణములు పోవుప్రాణములఁట. ప్రాణములన్నియు బిడ్డపై నుంచుకొని యిప్పుడు వచ్చినఁగాని యాస లేదని వగచుచున్నాఁడఁట. ఇప్పుడతని మేనల్లుని యమ్మగువం గొనిదెమ్మని బంపియున్నవాఁడు. కావున, ప్రభావతీదేవి యమ్మచ్చెకంటిం జెచ్చెరఁ దోడ్తెమ్మని నన్నంపెను. నాటకశాల యందంతయు వెదకి వెదకి వేసారితిని. పాప మెక్కడ నున్నదో?

వి—ఆలాగా? అ—బ్బ! ఈపీడ యిక్కడనుండి యెప్పు డెప్పుడు తొలఁగిపోవునా శ్రీహరీయని యనుదినము వేయిమంది దేవుళ్ళకు మ్రొక్కుకొనుచుంటిని. ఆమ్రొక్కు నేటికి ఫలించెను.

సు—పాప మాపాప యెవరి కేమి విషముఁ బోసినది? నీ కేమంతటి యొత్తిడి గలిగినది?

వి—సునందా! తల్లిపోయిన నాఁటనుండి యింతపిల్ల నంత చేసితిని. ఆ యిందిరకు విషముఁబోసిన నాకుఁ బోసినట్లు కాదా!

సు—మన కా వెఱపేల? మాలతి గుప్తముగా రక్షింపఁబడుచుండ లేదా?

వి—నెలతా! నీకు పిచ్చి.

ఆ. కంపఁగొట్టి యొరుల కనులకుఁ బడనీక
జాజిఁ బదిలపఱచు జాణతనము
దెసలఁ గ్రమ్ముకుండ దివ్యమౌ నెత్తావి
నడఁచిపెట్టఁగల[illegible] కడిమి యెందు?

సు—ఏమో! ఎవరు గన్నారు?

వి—ఇఁకను సందియమా?

చ. చపలులు, తీవ్రచిత్తులు, విచారవిదూరులు, మోసగాండ్రు, బ
ల్కపటులు, కార్యదక్షులు, వికారమతు ల్మగవార లెందుఁ జో

క్కపుజవరాండ్రఁ జూడఁ గడకన్నులనవ్వుచు లీల మెచ్చుచున్
గృపఁ బలుబాసలిచ్చుచు, సఖీ! యిల వారిని ఱట్టుసేయరే.

సు—ఇట్టి సామాన్యపురుషాధములకుం బోల్చి సకలసజ్జననయనాభిరాముండగు మన సుమనోభిరామచక్రవర్తిని నీ కిట్లు తూలనాడఁ బాడియే?
వి—పాడికాదు నిక్కమేకాని, అక్కరో! రొక్కము, చక్కెరబొమ్మ యను నీరెంటికిం జిక్కని పురుషుఁ డెక్కడనో నూటి కొక్కఁడు కోటి కొక్కఁడు.

ఉ. పెక్కులు నీతులెక్కుడుగఁ బీఠములెక్కి గభీరధోరణిం
దిక్కులు పిక్కటిల్ల నుపదేశముఁ జేసిన వేదమంత్రముల్
మిక్కిలిగాఁ బఠించిన, భ్రమింపఁగ మూఢులు బూదిమెత్తినన్,
జక్కెరబొమ్మ వాల్గనులజాడ మదిం దిటమూని నిల్చునే?

సూ—వారి వారి ప్రారబ్ధము. మనకేల? ప్రకృతమం దేమియుపాయము.
వి—నేను పూవులకై యీ యారామమునకుం జనుదెంచినదాన. నీవునరమ్ము. వెదకుదము.
సు—అగుంగాక. (తెరచాటునకు నడుతురు)

మాలతి (ప్రవేశించి తనలో)

అక్కటా! గీ. తాను రానేల? వచ్చినతరుణి పటముఁ
జూపఁగానేల? చూపెఁబో, భూపుఁడనుచుఁ
దెలుపఁగానేల? తలవ్రాఁత ఫలమదిట్లు
చేటిఁగొని తెచ్చె నది యింత చేటుఁదెచ్చె.

సీ. మారుఁడా! యిఁకఁబలు మాఱు డాయకునిలు
శూరుఁడందురె నిన్ను సుదతి నేఁచ?
బీరమా మిపుల గంభీరమా మలయసమీరమా
సతులపైమిట్టిపడఁగ?

పంతమా కినుక దురంతమా విమల
వసంతమా కాంతల వంత లిడఁగ ?
కాలమా యిది యనుకూలమా ? వినవె మ
రాళమా విడు ప్రతికూలమార్గ

గీ. మకట ! మన కెంతయాంతరంగికుఁడునైన
ప్రాణబాంధవుఁడైన సరాగతరుఁడు
నైన ఘనమార్గసంచారుఁడైనదైవ
మొకటి వికటింప దాయలై యోసరింతు?.

(విమలసునందలు తిరిగివచ్చి మాలతిం గని)

సు—అల్లదిగో ! మాలతి విచారముతోనున్నకైవడిం దోఁచెడిని. జనకుని దు ర్వార్త నెవరైనఁ జెవివేసియుండిరా ? చాటునుండి కనుఁగొందము.

(విమల, సునంద, పొంచి వినుచుందురు)

మా—(తనలో) ఓ నాదురదృష్టమా ! నన్నింతకుఁ దెచ్చితివె ? నా దుఃఖమ్ము లన్నియు వమ్ములై కాలమించుక సుముఖముగా నేర్పడెనని తలంచితినిగాదె. ఇంతటి పిట్టపిడుఁగు పడునని యనుకొనలేదు. హా ! విధీ ! నీవెంత వికటించితివి ! నీకు నేఁజేసిన పాపమేమి ? ఓపాపీ ! చేటీ ! నా డెందంబున నింధనంబుల నపేక్షింపని యగ్ని నేటికి ట్లిడితివి ? పోనీ ! ఆ సుందరాంగుని, ఆ నవరసరసికశిఖామణిని, ఆరాజచంద్రుని యింకొక్క నిమిషమైనఁ జూపక పోతివిగదే ! నీ వెంతకఠినురాలవే ! ఓరామచిలుకా ! నీఱింపుఁ జాలింపుము. నీపలుకులు నాచెవులకుములుకులై తోఁచెడిని. ఓచంచరీకమా ! నీవీఁక నాయెడఁ జూపకుము. నీనిలువెల్ల కల్మషమయంబు. ఓకోకిలా ! చిగురుపొగరునఁ గంటఁ జిచ్చుఁగ్రక్కెదవేల ? నీకంజలిఁ జేసెద. నీకూత యమదూతకేకవలె భీతిఁ బుట్టించుచున్నది. శివశివా ! (దుఃఖించుచుండును)

వి—సునందా ! వింటివే ? నేనన్నమాట యనుభవమునకు వచ్చెనా ?

సు—ఔనె ! ఇట్లెక్కడనైనంగలదా ? మనప్రభావతికిఁ దెల్లనివన్నియుఁబా

లునల్లనివన్నియు నీళ్ళు. ఇట్టిసర్పము నింటనుంచుకొనంజనునా? బంగరు కత్తియని గొంతుఁగోసికొను మూర్ఖు లుందురా?

మా—(తనలో)

ఉ. ఎవ్వరి నేమటందు? వెపనెచ్చట నేగతి వీడుకొందు? నిం
కెవ్వరితోడనందు? దరియెవ్వరు నాకిఁకముందు? దైవమా!
నవ్వులకాయె నాబ్రదుకు నల్గురిలో

విమలా సునందలు—(చాటునుండి) తరళాక్షులందు లే
జవ్వన మంకురింప నవిచారత నెంచరు తారతమ్యముల్.

మా—అయ్యో! ఇఁకనేమిగతి యెవ్వరో వినిరి. (అని వెళ్ళనుంకింపుచుండఁగా సుమనోభిరాముఁ డాకస్మికముఁగా నెదురుపడ నిరువురు దిగ్భ్రమఁ జెంది యట్టె నిలుచుండి కొంతవడికి)

సు— క. కలఁగంటినా? నిక్కమొ?
కలకంఠీ! నేను నేనుగానా దలంపన్?
దెలుపు వియచ్చరకన్నెవో
లలి వనదేవతవొ మరుని లలనవొ సిరివో?

(విమలాసునందలు గొబ్బున ముందుకు వచ్చి)

అమ్మా! ప్రభావతీదేవి రయమ్మున మిమ్ములఁ దోడ్కొనిరమ్మన్నది. రండు.

సుమ—చ. తెలియకవచ్చినాఁడ సుదతీమణులార క్షమింపుఁడీరు, వి
చ్చలవిడి పారువంబు చెయిజారి వెస న్బఱతెంచె యీదెసం
గల పొదరిండ్ల దూఱె నదికంటిరె? కాంచినఁ దెల్పి వందనం
బులుఁగయికోరె లేదనినఁ బోయెద వచ్చినత్రోవ నిమ్మలన్.

సునంద—రాజేంద్రచంద్రమా! దానిజాడ మేమెఱుంగము. (మాలతింగని) అమ్మా! రండు. రండు.

(సుమనోభిరాముఁడుఁదక్కతక్కినవారు నిష్క్రమింతురు)

సుమ—(తనలో)

మ. రతియో భారతియో రమాయువతియో రాజీవపత్రాక్షి? యీ
క్షితిసామాన్యయొ? చూడమే సతుల నీచిత్రంబు గన్గొంటిమే?
అతిసౌజన్యవిలోల, బాలఁగన, బ్రహ్మానందమింపారె నె
వ్వతెయో? దేశము నామమేదొ? జనకుల్వామాక్షికందెవ్వరో?

ఒకవేళ నామిత్రుఁడు భల్లూకభట్టు సూచించిన యా చంద్రాస్య యిదయే కాఁబోలు! మంచిది. ఆరహస్యమును వెలికి లాగించెద.

(అని నిష్క్రమించును)

8 వ రంగము.

(ప్రభావతి, చిత్రరేఖ, విలాసవతి, ప్రవేశింతురు)

విలాస—ఏమమ్మా, యీవిచిత్రము!

ఉ. పొట్టనుబెట్టి బిడ్డవలెఁ బోషణఁజేసితి వీవు మేల్భళీ!
ఇట్టిది యుండునే పుడమి? నెంతటిదిట్ట యిదేటివింత! నీ
పట్టినిజూడ దెవ్వఁడు స్వభావ మెఱుంగదు మాటలాడ దె
ప్పట్టునఁ జిత్రదర్శనము ప్రశ్నినఁ బుట్టెనె యిట్టిచిట్టలుల్.

చిత్ర—ఆవె. ఇంటిదీపమనుచు నిగిలించి చేకొని
ముద్దుఁబెట్టుకొన్న మూతికాల
కున్నె? కన్నెయంచు వన్నెలాడియటంచు
వద్దఁ జేర్పనీకె బుద్ధి నేర్పె.

విలాస—ఇఁక మనము కంటినిండ నిద్రఁ బోవచ్చును. మన యిందిరకుఁ బట్టినపీడ యింతసేపటి కెన్నిక్రోసుల దూరమో తొలఁగిపోయియుండుంగద!

ప్రభా—మీకట్లున్నదేమోకాని, అదేమిఋణానుబంధమో, ఆబాలిక నంపివేసినదిమొదలు నాకు డెందంబునం దావాలునూరిన ట్లున్నది. మన యిందిర

కుఁ బెండ్లియయియుండెనఁ దప్పక నాతనయున కమ్మొద్దియను ముడివేయిం చియుందును. అంతటినోము నోచనైతిని. చిత్రరేఖా! నీ వామాలతి పటము నైన నిటు తెమ్ము.

(చిత్రరేఖ పట మందచ్చును. దానిం గైకొని)

దీనిం జూడుఁడు.

క. మకరాంకుఁడు ముకురానన
చికురము లళితతికిఁ బలుకు చిలుక కపాంగ
ప్రకరము విరితూపుల కని
పరికటించి యనంగుఁడగుట భావ్యమకాదే.

సుమనోభిరాముఁడు ప్రవేశించును. సఖులు లేచి నిలుచుందురు.

సుమ—జననీ! సాష్టాంగనమస్కారము.

ప్రభా—(పుత్త్రుం గ్రుచ్చియెత్తి) వత్స! చిరంజీవ.

సుమ—తల్లీ! ఈలేఖ నాలోకింపుము. (అని యొకజాబు నిచ్చును. ప్రభావతి దానిం జదువుకొనుచుండును)

చిత్రరేఖావిలాసవతులారా! కూర్చుండుఁడు. అదెవ్వరిపటము?

చిత్ర—ఎవ్వరిదియునుగాదు. ఊహావిశేషంబులఁ బరీక్షింపఁ బ్రభావతీదేవి నన్నపేక్షింపగా వినోదమునకై లిఖించితిని.

సుమ—(దానిం గైకొని, తనలో) నే నారామసీమయందుఁగన్న యా రామ యే యీరామ. ఈచిత్రరేఖనన్నువంచించుచున్నది. (ప్రకాశముగా) చిత్ర రేఖా! అయిన నీప్రజ్ఞయే ప్రజ్ఞ. దీని నామందిరమం దునిచెద.

ప్రభా—తనయా! ఇది యకర్జము. మాళవపతి, తనకూతురగుమాలతి మన కడ నున్నదని విని యమ్మగువం బంపుఁడని ప్రార్థించుచున్నవాఁడు.

సుమ—అమ్మా! ఆపాలఁతుక యిందుండుటనిజమా?

ప్రభా—నందనా!

గీ. సేవకులతోడ, సుతులతోఁ, జెలులతోడఁ,
బెద్దలున్నెడ, శిశువులవద్ద, రాజ

సభల, దేవాలయంబుల, జనకులకడ
హాస్యము నకేని యాడరా దనృత మరయ.

కావున, కారణాంతరముచేత నాబాలిక మనయింటఁ గొన్నిదినంబు లుండినది నిక్కమే. కాని, నిన్నటిదినమే దానిమేనమామ భీమవర్మ యఁట. మాళవపతి కవసానసమయముఁ గానున్నదని దెల్పి పాప మాపాపను వెంటఁబెట్టుకొనిచనియెను. ఎంతటియాపద !

సుమ—అట్లయిన నింతలోనే మఱియొక రాయభారమా ? విలాసవతీ ! నీ వా ద్వారమునకనిపెట్టుకొనియున్న మాళవమంత్రికిది వినిపింపుము.
(విలాసవతి పోవును) తల్లీ ! ఈచిత్ర మా మాళవపుత్త్రిక దేనా ?

ప్రభా—ఔ నౌను.

విలా—(ప్రవేశించి, లోటుపాటున నెదఁ దట్టుకొనును) అయ్యో, పాపము ! అయ్యో పాపము ! కొంప మునిఁగెనుగదా ! ఇఁకనేమి ! ఇఁకనేమి ! ఆ వచ్చినవాఁడు చోరుఁడట, భ్రష్టుఁడఁట. మొదటఁగల్గిన చేటునకు నయితముఁ వాఁడే మూలమఁట.

తక్కినవారు—హా ! హా ! హా ! ఎంత మోస మెంత మోసము !

సుమ—చెచ్చెర నాయధికారులం బనిచి వానిం బట్టి తెప్పించెద, తల్లీ ! వందనము. (నిష్క్రమించును)

తక్కినవారు—ఎంతపని ! ఎంతపని ! (చేతులు పిసికికొనుచు) ఇంతటి పిట్టపిడుఁగా ? (నిష్క్రమింతురు)

(తెర పడును)

మాలతీనాటకము.

చతుర్థాంకము.

I వ రంగము. అడవిలో దుష్టబుద్ధి కోట.

(అందు దుష్టబుద్ధి, నర్మదయుఁ బ్రవేశింతురు.)

దు—నర్మదా! ఇంతవఱకు నీకార్యము నాశక్తికొలది రాఁబట్టుకొనివచ్చితిని. ఇఁక నంబిపెట్టినఁగాని ప్రసాదము కాదన్నట్లు నీయందున్నది. కావున, నీవెప్పగిది నయ్యొప్పులకుప్ప నొప్పఁబలికి మద్వశంగతఁ జేసి మెప్పుఁగనెదో నీ కాఱునెలలు గడువు.

న—అట్లీయాఱునెలలలోన ప్పని నెఱవేఱ్పలేకపోయిన——

దు—నీవొక యాఁడుదానవా?

న—బాగు! బాగు! శిరీషకుసుమసుకుమారస్వాంతలగు కాంతలనింతయాఱడిఁజేసి వంతలఁ గుడిపించిన దుదాంతులను వారేమనివరింతురు? నే నేమని మీగుణసంపద నభివర్ణింతు?

దు—అయిన నొకయుక్తిఁజేసెదను. కార్యభాగములన్నియు నాపరోక్షమునఁ గావింపఁబడియుంట నట్టియక్రమముల కెల్ల భీమవర్మనుగుఱిచేసి వానిం గోపించి చెఱఁబెట్టి, యకర్మన్నియుంగట్టిన కట్టులవిడిపించి రక్షకుండువోలె మంచిమాటల నచ్చిలుకలకొల్కికిని దోడ్తెచ్చి నీకప్పగించెద. ఆపైన నీవు సమయోచితవాక్యముల నాపై మక్కువం బురికొల్పి మెప్పుఁగనుము. (తెఱలో

కలకలము) అదిగో! మాలతిం జెఱఁగొని భీమవర్మ వచ్చుచున్నవాఁడు. నీవు వెళ్ళుము. (నర్మద నిష్క్రమించును. దుష్టబుద్ధి దాఁగును)

మాలతిం జెఱఁగొని భీమవర్మ ప్రవేశించును.

మా.—ఓరీ! కట్టడీ! నన్నిట్టియిక్కట్టులం బెట్టి నీవెట్టిసామ్రాజ్యపట్టముఁగట్టుకొనదలంచితివి?

గీ. పేదసాదుల నేలుటో, పిఱికి వారి
భయముపాపుటో, ఖలుల గర్వంబుమపుటో
సత్యమును నిల్పి ధర్మరక్షణము సల్పి
పేర్మిగాంచుటో యబలఁ బెన్వెతలనిడుట.

అక్కటా! వీఁడిట్టిపయోముఖవిషకుంభమని యెఱుంగక నాతండ్రి యీ కుక్కడు గారాబమున వీనిం బెంచి విశ్వసించెను కుక్కతోఁకనెంతదిద్దినవంకరపాయును? కృతఘ్నునకుం జేసిన యుపకారము లూషరక్షేత్రమునం జల్లిన విత్తనమ్ములవితమ్మున వమ్మువుటయకాక మీఁదిమిక్కిలి యుపకారికే యనర్థ మాపాదించును. "తేలగ్నిఁబడఁగఁబట్టిన, మేలెఱుఁగక మీటుఁగాదె?" మఱియును,

ఆ. అలికి ముగ్గువెట్టి యాసన మమరించి
విసిరి పెద్దఁజేసి వినుతులొనర
నేయివోయ, హోత్ర చే యంటఁగాల్చెడు
నగ్ని; యిలఁ గృతఘ్నుఁ డట్టివాఁడు.

భీమ.—మఱఁదలా! నామాటపాటింపక నీవిట్లూరక నిందించుచుంటివేటికి?

మా.—ఓరి కులఘాతకా! నీదుర్వృత్తికిఁకను సమాధాన మొకటికలదా?

(దుష్టబుద్ధి గొబ్బున నెదురుపడి కత్తిఁజళిపించుచు)

దు.—శా. ఓరీ! కూళ! నరాధమా! తులువ! యీ యుగ్రాటవీమధ్యమం
దీరీతి న్బఱనాతి నీతిచెడి నీవిట్లేల గాసించె దీ;

ఘోరాసి న్నినుఁజెక్కి పొళ్ళిడుదు నేఘూకాళి కిందెల్ల నీ
బీరం బింతటఁ జక్కఁజేతు నిలురా వెన్నీక చండాలుఁడా !

(అని పైఁబడును. తెరపడును)

2 వ రంగము. ఉద్యానవనము.

(వెన్నెలబైటఁ సుమనోభిరాముఁడు మాలతిపటముం గైకొని ప్రవేశించును)

సుమ—ఔరా ! ఈపటమును

గీ. చేతనందిన మాత్రాన జెమట వోడమెఁ
జూచినంతట నాప్రీతిఁ జూఱఁగొనియెఁ
బేరువిన్నంతఁ గొండలై పెరిగె మరులు
లేమ క్రేఁగంటఁజూడ మఱేమియగునొ.

గీ. ఏమె హృదయమ నీస్థైర్య మెందడంగ
నేర రారాజ, ధైర్య మేయేటఁగలిసె
నార ! పౌరుష మేకొండయడుగునఁబడె
మహితగాంభీర్య మెట మటుమాయమయ్యె.

ఉ. ధీరుఁడ నంచు నెంచి జగతిన్బ్రతివాఁడు వివాహబంధముం
గోరుటఁజూచి నవ్వితిని గుంజెలు వెట్టెదఁ దప్పొనర్చితి
న్మారుఁడ నీవ శూరుఁడవు, మాయురె ! యాత్రిపురారి ధైర్యమే
నీరుఁగఁజేసినావనుట, నిక్కము, నిక్కము నేఁడెఱింగితిన్.

(భల్లూకభట్టు కఱ్ఱఁబట్టుకొని, మూటమోసికొని ప్రవేశించి)

భల్లూ—ఆ. ఆలు, ఆలు, ఆలు, ఆలు, ఆలో యని
రేలు పవలు నిదురలేక చచ్చి
చేతి జిడ్డువదలఁ జెట్టపట్టితిఁ దాని
నాలుగాదు నల్లతేలెగాని.

సు—ఇదేమి? ఇట్టి నడురేయి నాచెలికాఁడిట కేలవచ్చుచుండెనో? మంచిది. ఆప్తులగువారికి మన మనోదుఃఖములు వెల్లడించుటచేఁ దత్కాలోపశాంతిరైన గల్గనోపు.

గీ. కన్నవారలచెవులె సోకంగనీని
భావసంకోచ మడచి స్వభావనియతి
నునుచు మిత్రుండతనిగన్న మనసుదమ్మి
విచ్చి యడుగక మునుమున్నె విశదపఱుచు.

భ—ఇఁక నేనింటిదిక్కు తలపెట్టిపరుండను. ముక్కుపొడువకమునుపే రెండామడలదూరము నడిచియుండిన నేనాయుష్మంతుఁడనే. ఆయ్యారే! ఆగయ్యాళిచే సహస్రనామపూజ లేని దినమే లేదుకదా! చాలుఁజాలు సంసారము. సంసారమఁట! దీనికీపేరిడిన మహానుభావుఁ డెవ్వఁడో? వానికి నా తలపైని మూటనెత్తించిన యప్పు డేమనునో?

గీ. చూడఁగాఁ దీగజల్లెడ సొబగుఁదోఁచుఁ
గాపురము, లోనఁ బదివేలు గండ్లుకలవు
కన్నమునఁ దేలుకుట్టిన కన్నగాని
చెలువునను జెప్పికొనరాదు, సిగ్గుచేటు.

ఇట్టి దుఃఖస్వరూపమైన సంసారమను నగ్నిలో నావంటి మూఢమతులెందఱో మిడుతలవలెఁబడి నశించుచున్నవారు.

ఆ. కూడులేనివాఁడు గుంటను గ్రుడ్డియు
మసలలేనివాఁడు ముసలివాఁడు
పెండ్లియన్న మాత్రిఁ బగల్లిగిలించును
ముందుచేటెఱుఁగడు మూర్ఖుఁ డకట!

పోనీ! సంసారమునందలి చిక్కులు పెక్కులని యొఱింగియున్న జనకులే తమసుతుల వైవాహికవిషయములం దెట్లు ప్రవర్తించుచుండిరో విచారింతము.

సీ. ఎదఁజేల్చి దివిటీల వెదకిజూచిన యక్షి
రంబన్న దెచట శ్రీరామరక్ష
ఇదిమంచి, యిది చెడ్డ, యిదిపోలు నిదికూడ
దనువివేక వివక్ష యభ్రసుమము
ఎలప్రాయ మదిమించి తాలు కాఁడుచుండెనో
నీటుఁగానిక దన్న నిండుసున్న
ఇలువాసియొకపూట కేనితిండిగడించు
సాధనోపాయము చట్టుబండ
గీ, ఇట్టిదశయందుఁ బెండ్లాముఁ గట్టి మెడకు
నిల్లు గుల్లఁగఁజేసి తానేగు తండ్రి
పరిణయముసేయకున్న నీభరతవంశ
మకట! నెగడక పాడౌనా యంచు నెంచి.

సు—(తనలో) ఓహో! ఇతఁడేమో గృహచ్ఛిద్రమూలమున నెకక్కడకే నేగు చున్నవాఁడు. పలకరించిచూచెదను. (ప్రకాశమున) చెలికాఁడా!

(భల్లూకభట్టదరిపడి)

భ—ఓయబ్బా! లేదే (అని కాళ్ళమైఁబడును)

సు—మిత్రమా! నేను సుమనోభిరాముఁడను. వెఱవకు. లే లెమ్ము.

భ—రామరామా! నా రామయనుకొంటినిసుమీ. సుమనోభిరాముఁడవా? అట్లయిన నీవిందుల కేలవచ్చితివి! నిన్నె స్త్రీపిశాచ మేడిపించుచున్నది?

సు—నెయ్యుఁడా! నీవెంత కుశాగ్రబుద్ధివి! ఎంతలో నెట్లుగ్రహించితివి!

భ—దీనికింత కావలెనా,

క. చారులు విద్యార్థులు మఱి
చోరులు విటకాండ్రు రక్కసులు యోగీంద్రుల్
ధారుణి విరహాతురులుఁ బ్ర
చారము లొనరింత్రు రాత్రిసమయమునందున్.

సు—అయితే నేను విద్యార్థినిగానని గ్రహించితి వెట్లు?

భ—చీఁకటిలో విద్యార్థి యేమిచేయును ?

సు—చదివినది చింతనచేయును. చూచినది ధ్యానముచే దృఢపఱచుకొనును.

భ—సార్వభౌమా ! చారచక్షుండవైన నీవుకంటికిఱెప్పవేయక నిదురింపక సరి ప్రొద్దున నీకే మీగ్రహచారము ? అట్టి దేమైననుండిన పగలొకగడియసేపు కూర్చున్నం జాలదా ?

సు—అయ్యో ! గడియకాదుకదా, కల్పమైననుజాలదు. నామాటయటుండనీ.

గీ. నిండునెలకాయె నగుమోము, నీటుగలుకు
కొప్పుఘనకల్పమాయె, మిక్కుటమిజేటి
కుచయుగస్ఫూర్తి, ప్రలయ మిక్కువలయాక్షి
కౌను నీకిసేయననిమానెఁ గమలభవుఁడు.

భ—సరి ! సరి ! నిన్నుఁబట్టినమోహిని యూరక వదలిపోవునదికాదు. నాకేల యీ పీడ (వెళ్ళనుంకించును)

సు—(నిలిపి) నాకేమియు సమాధానముఁజెప్పక వెళ్ళుచుంటివేల ?

భ—అయ్యా ! నేను సర్వసంగపరిత్యాగముసేసి కాశీ రామేశ్వరాది పుణ్యక్షేత్రయాత్రలం జేయఁ జనుచున్నాఁడను. ఓయి నాయనా ! నిన్నుఁబట్టిన మోహిని నిన్నుం బిల్చి పిప్పిఁజేయఁగలదని తోఁచుచున్నది. అది రామేశ్వరములో సేతుస్నానముచేసిన వదలిపోవునేమో !

సు—(నవ్వి) పుణ్యక్షేత్రములా ? బాగు ! బాగు !

భ—నీకుఁ బుణ్యక్షేత్రము లక్కఱలేకున్న నీపాపి క్షేత్రములతోనే కాలమే గించి నాయనుభవము నెదఁదలంపుము.

సు—నేస్తకాఁడా ! తగవుఁబెట్టి తమాసఁ జూచుచున్నావు. ఇది నీకుఁదగునా ? మొట్టమొదట నీవు యామాలతియను మొక్కను నామది నాటితివి. ఇప్పుడది వెక్కసమై సహింపఁగూడని చిచ్చుపెట్టి మిచ్చులపాలైనది. ముక్కుడులగు దుష్టబుద్ధివీరవర్మలనెలవులఁ గనిపెట్టి యక్కన్నియ సాధింపకున్న మనకుఁబ్రతిష్ఠ యొక్కడిది. అట్లుచేయక యెన్నితీర్థయాత్రలొనర్చిననేమి ఫలము ?

భ—నిక్క మే. కీర్తియుఁ బుణ్యమువలదనువారెవరు? నెప్పుడముగానిరమ్ము

సు—అయిన నిప్పుడే నెప్పుడము.

భ—మిత్రమా! నీవీరూపమున సంచారమునకుండగవు.

సు—అయిన మఱియెట్లు?

భ—బాలవృద్ధనారీ జనాశ్రయణీయమగు వేషము ధరింపనగు.

సు—అదెట్టిది?

భ—సుభద్రనర్జునుఁడు సాధించుటెఱుఁగవా? నీ వాయర్జునసన్యాసముం గైకొనుము నేను నీశిష్యుఁడనగుదును. నీవు "నారాయణ నారాయణా" యను మాటతప్ప నన్యవచన ముచ్చరింపఁగూడదు.

సు—అయినఁ గాషాయములో?

భ—నీ కాచింతవలదు. మాతాతగా రాయాశ్రమముఁ బుచ్చుకొని సిద్ధఁబోలద రి. నీకవియిచ్చెదం గొనుము. (అని మూటవిప్పి కాషాయమొసఁగ రాజది ధరించి)

సు—రామా! నీనిమిత్తము సన్యాసినైతినిగదా నేటికి!

భ—రామ రామ! నెలఁతలమహిమ యింకెట్టిదనుకొంటివి?

గీ. రాజశేఖరసామ్రాజ్య రమను బాపి
యప్పుఁ దలమోపి కట్ట బట్టయినలేక
బిచ్చమెత్తించె నెలఁతల ప్రీతి, నెలఁతఁ
గోరి యీరీతి నీవు బికారినైతి.

ఇఁకరమ్ము. (వారు నిష్క్రమింతురు)

3 వ రంగము. దుష్టబుద్ధి కోట.

నర్మద, మాలతి, ప్రవేశింతురు.

నర్మద—అమ్మా! నాకథవేరు నాజనకులు నాకుఁ గాళ్ళురాకమునుపే గతించి రి. నాకు యౌవన మంకురింపకముందే నాపెనిమిటి పితృవన మలంకరించె ను. నిన్నునెట్లో నన్నును వీఁడొంటరిపాటునంగని మోసముసేసి తోడ్తెచ్చె ను. లోకం బబాంధవంబగుట నిచ్చట నిచ్చెనఁటిచేసిన దోసము లెంచక

మచ్చిక పెరిగి విడిచిపోఁజాలక వీనిగృహకృత్యంబుల నిర్వర్తించుచు, నా యవమాన స్తంభంబగు (కన్నీరు పెట్టుకొని) వృషుఁడను పుత్త్రునిం జూపె ట్టుకొని కాలముఁ ద్రోయుచున్న దానను. అయిన నావలె మోసముచేఁ జేఁ బడిన చక్కెరబొమ్మను గాంచినంత నావెనుకటితలంపులు తలవంపులుగా నా మదికి గోచరింపవెట్లు? తల్లీ! ఆపాపి కఠోరవాక్కులు కర్ణకుఠారము లై నిన్నిట్లు గడియగడియకు మూర్ఛల ముంచుచుండెనుగదా. ఎన్నినాళ్ళ నుండియో యాడపురుగు మొగముసయిత మెఱుంగక మొగము వాచిన నాకు బాలచంద్రముఖిని నినుం గన్నంతన, పట్టరానిప్రీతి పుట్టెననుట చిత్రము కాదు. కటకటా!

సీ. కంటకపాషాణ కరఁకశ కాంతార
సీమ సుందరతరా రామమయ్యెఁ
గరి సింహ శార్దూల కఠినార్భటులు నీకుఁ
గలికి రాచిలుకల పలుకులయ్యె
ఘీకరసూకర ఘూక ఘూంకారముల్
బోటులసయ్యాట మాటలయ్యెఁ
గాలభుజంగ ఫూత్కార మారుతములె
సురటుల చలువ తెమ్మెరలు నయ్యె
గీ. భూరిగిరిగహ్వరము లంతిపురములయ్యెఁ
జుట్టు గనుపట్టు గట్టుల నెట్టుకొనిన
చటుల వనవహ్ని మాణిక్యపటలమయ్యె
నిట్టి పలుగాకిదైవ మెంచేనిఁగలదె?

మా—నర్మదా! ఇట్టి దీనదశయందుసయితను పరమేశ్వరుఁడు నన్నింతమా త్రమేని మంచిమాటాడి తోడుసూపు నీవంటిపుణ్యాత్మురాలిని జూపెనుగదా. నేనిఁక బ్రదికి బాగుపడుట స్వప్నావస్థ

ఉ. అక్కట రాజచంద్రుఁడు దయారససాంద్రుఁడు కోసలేంద్రుఁ డే
దిక్కును బోవనీక మది దిట్టముగా నొకవైపులాఁగు నీ

ఇక్కడఁ జావుమంచు విధి యీదెసలాగుఁ గళేబరంబు; నిం
కెక్కడిమాట? లానృపతికిచ్చెదఁ బ్రాణము మేనుఁ గాటికిన్.

గీ. మహితచరితుండు మన్మథమన్మథుండు
జీవితేశ్వరుఁ డమృతసంజీవకరణి
సరసలావణ్యరసమూర్తిఁ సరసుఁ బాసి
బ్రద్దలైపోవదీమది బండగాని.

నర్మద—అమ్మా! నీవిట్లుపరితపించుట యుక్తముకాదు. ఎక్కడనోయుండును మనోభిరాముఁ డిక్కడ కెట్లువచ్చును? విధినియతి యిట్లుండ, నన్యథాసేయ నెవరితరంబు. "లలాటలిఖితారేఖా పరిమార్ష్టుం నశక్యతే" విచారములచేఁ గృశించికృశించి చచ్చుటకంటె "ఏనకేనాప్యుపాయేన జీవితం ధారయేన్నరః" అనియుండుటంగావున పాలికివచ్చినదే పాయసమనుకొని సమాధానమును గల్పించుకొని బ్రదుకుట శ్రేయము.

గీ. సకియ విధివ్రాఁత తప్పదేరికినిగాని
చేయునదిలేదు; కటకటా! చెడఁగుఁబురుగు
చెలువు నిజమిది కన్యవు చింతవదలి
పెండ్లియాడుము వీని దుర్వినయుఁ డనక.

మా—గీ. వనిత గోరుచుట్టుపైన రోఁకటిపోట
టన్నరీతి నిట్టులాడినన్న
జిన్నచూపుఁ జూడఁ జెల్లునే? పిదప నే
బ్రదుక నేమి భూమి బరువుఁగాదె?.

మ. మనసేకారణ మీజగత్తునకు జన్మప్రాప్తికి న్ముక్తికిన్
మనసే కారణ; మిద్ది మానవులకున్ మాణిక్య; మిట్టాని నా
జననాథాగ్రణి కిచ్చివేసితిని నాస్వాధీనమే? యిచ్చి కా
దనఁగా మాన్యమె? యన్యుఁబొందఁగను వేశ్యంగాను నే నర్మదా.

దుష్టబుద్ధి ప్రవేశించును.

దు—ఎవరచ్చట? నర్మదా! నీవు వెళ్ళి కారాగారమందున్న భీమవర్మకుఁ జెప్పి డిగొట్టైతప్ప నెద్దియు నొసంగకుండ నీకొడుకు వృషనకుం దెల్పు పొమ్ము. అదియు నొక్కపూటకనియే చెప్పుము.

న—చిత్తము. (అని నిష్క్రమించును.)

దు—(మాలతింగని) సుందరీ! నీవెందుల కిట్లూరక వగలఁగుందెదు? నిన్నిబ్బందులం బెట్టిన పందం బందెంబడఁద్రోసితిఁగాదె. వాఁడు నీమేనమామయని యించుక దాక్షిణ్యమునం దెగటార్పనైతిని. అదిగాక నీలావణ్యగరిమ జితేంద్రియుఁడైన శుకమహర్షినైనం బానిసఁగాఁ జేసికొనంగలదనిన నీనృకీటకము మాటెంత?

మా—అయ్యా! నిక్కముఁగా నాచెఱవిడిపించి రక్షించినవాఁడవైన నీవారంభించిన పని పరిపూర్తిఁజెందించి ఘనతఁ గాంచవలదె?

దు—భాసురాంగీ! నీదాసానుదాసుఁడను. నీకిందేమికొదువ? నాయిల్లు నీయిల్లుగా నాయనుచరులు నీపరిచరులుగా భావించి నను సంభావింపుము.

మా—అయ్యా! నీవొనర్చుసపర్యలు నాకువచ్చినట్లేకాని,. ననుగన్నవారు మూఁడుగాళ్ళముదుసళ్ళు నన్నువిడిచి యొడలుబడల నెంత యడలుచుండిరోకదా! నాపట్టణంబునకు నన్నుఁజేర్చి పుణ్యముఁ గట్టుకొనవలదా?

దు—ఓభీతహరిణేక్షణా! నీపట్టణంబన్ననో కడుదూరము. నీకు సముచితమగు పరివార మమర్చి కొన్నిమాసములలో నప్పని యొనరింతు. అంతవఱకు నీ సుందరముఖారవిందమును గుందఁజేఁ గందింపక డెందమున దిటమూని నాకానందముఁ గల్గింపుము. మఱియు నీతొడవులందొడిగికొనుము.

మా—ఔరా! నాదుర్దశకు భూషణము లొక్కటే కొదువ కాఁబోలు,

క. తొడవులకునెల్ల తొడవగుఁ
బడఁతికి మానంబె, మఱియుఁ బ్రాణపదంబా
తొడవుచెడ, బ్రదుక నేటికి?
తొడవులు వేయేల గాల్పఁ ద్రొయ్యాలికవలన్.

దు—(తనలో) చక్కని రాజమార్గమువిడిచి యడ్డదారింబడితినేల? చల్లకువచ్చి ముంత దాచఁదగునా? ఎప్పుడయిన బైటఁబడవలసినదే (ప్రకాశమున) బాలా! పెక్కులేల?

ఉ. చూచితిఁ బెక్కుసుందరులఁ, జూచిననేమి? భవద్విలాసరే
ఖాచతురత్వమెన్న సురకన్యకలందును దుర్లభంబు, నే
డాచఁగనేల నా కనులు ధన్యములయ్యె నినుం గనంగన్
నోచిననోమదేమొ వెయినోళ్ళ నుతించినఁ దీరదావిధిన్.

మా—ఓరి మూర్ఖుఁడా! నీ విట్టి మేకవన్నెయపులివని యెఱుంగక నీతోసంభాషించి దోషముఁ గట్టుకొంటిని. శివశివా!

దు—పడఁతీ! నీహితముకోరి బోధించు నా పలుకులు పెడచెవులం బెట్టి యిట్టిరాలప్రాయ మడవిఁగాసిన వెన్నెలఁగావించి తమంతటన వలచివచ్చుచున్న సిరులఁ గడద్రోసి జడదారుల తెఱఁగున వెడదారులం ద్రొక్కి నన్నుడికింపకుసుమీ.

మా—ఓరి తుంటరీ!

గీ. రాజకులమునఁబుట్టి సామ్రాజ్యగరిమ
వెలసి నినుఁబోలు నలఁతుల వలతునఁటర?
అకట! యందనిమ్రానిపం డ్లకుని దేల
నక్కుసాచెదు తాలఁగు చోరాధముండ.

మఱియు నాఁడువారి గోడు పోసికొన్న నిహపరంబులకునున్న.

గీ. సీతఁదెచ్చిన యిరువది చేతులేవి?
కృష్ణనీడ్చిన కౌరవకీర్తి యేది?
కలికికన్నీరదెంతటి ఘనునికులముఁ
గాల్చు మొదలంట నిదికల్లగాదు నిజము.

ఈపాపమింతటితోనశింపక భావిజన్మంబునకు నంటియుండుంగనుక బుద్ధిఁ గలిగి మెలఁగుము.

దు—బాగుబాగు! ప్రొద్దుపోవని యవివేకులచేఁ గల్పింపఁబడిన పుక్కిటిపురాణగాథలుగాని నీవచనము లనుభవసిద్ధములుగావు,

ఉ. పోయినజన్మమేదో? యిఁకఁబొందెడుజన్మమదేదో? చూడ నీ
కాయము గాంచినారము సుఖంబులుచేకుఱ సాహసించినన్
బ్రాయము నీటిబుగ్గ, మఱి పాపము పుణ్యమటంచు నూరకే
నాయువు రిత్తవుచ్చ తగునా మగువా యిల దేహధారికిన్.

మా—ఓరీ! పుణ్యపాపంబులు, పూర్వజన్మభావిజన్మంబులు నూహాకల్పితంబులను నీచార్వాకసిద్ధాంతములం గట్టిపెట్టుము.

ఉ. రోగు, లరోగులుం గడుఁ గురూపులు రూపరులుం, విరాగులుం,
భోగులు, భాగ్యహీనులు నృపు, ల్నెఱదాతలు బిచ్చగాండ్రు, నీ
లాగు జనింపనేటికి విలాసమొకో? విను పూర్వకర్మ సం
యోగబలంబునన్ గలిగి రోరి! వృథా వెడవాదులేలరా.

దు—(తనలో) ఇది సామాన్యముగ్ధయని, తలంచితినిగాని యింతటి ప్రౌఢయని యెఱుంగనైతి. ఇది మార్గముకాదు. (ప్రకాశమున) నెలఁతా! నీవుపట్టినకుందేటికి మూఁడేకాళ్ళనుచుంటివి. బాలవగుట నీతో వచనప్రతివచనంబులు సలుప నాకుఁదగదు. ఇఁకఁ గొన్నిదినములకైన నీమూర్ఖత చక్కఁబడదేమో కనుఁగొనెద,

(అని కోపముతో నిష్క్రమించును)

మా—హా! దైవమా! నన్నిట్టిఅట్టుసేసితివే! శివశివా!

(అని మూర్ఛనొందును. తెరపడును)

మాలతీనాటకము.

పంచమాంకము.

1 వ రంగము. కారాగారము.

(అందు భీమవర్మ ప్రవేశించును.)

భీమ——ఔరా! నాబ్రదుకిట్లు తెల్లవాఱెనా?

చ. పసిఁడిని రెండుసేయ నులిపైకొన నెత్తినసుత్తెపెట్టుచేఁ
బసచెడినట్లు మాలతిని భ్రాంతి వరింపఁదలంచి యెన్నియో
దసుకులుసేయనాకె తలఁదాఁకెఁగదా యలదుష్టబుద్ధి న
న్నుసికొలిపించి యప్పడఁతి నుద్వహనం బిపుడాడ నెంచెఁగా!

ఇప్పటికి నాకు బుద్ధివచ్చెను. వచ్చిన నేమిసార్థకము? దొంగలుపడినయాఱునెలలకుఁ గుక్కలు మొఱిగినట్లున్నది.

క. మక్కువ సాఁకిన పెద్దలఁ
జిక్కులుపెట్టితిని నేను జిక్కితి మహిఁదా
నెక్కినకొంపకు నిప్పిడు
మ్రుక్కడి తా మడియకున్నె మూలముతోడన్.

క. వంచకుఁడు కడుఁ గృతఘ్నుఁడు
పంచమహాపాపుఁడనక పాలించిరి తన్
ద్రుంచెడు గొడ్డలిపై నొగి
నించును శ్రీగంధతరువు నిజరజ మరయన్.

ద్విపద. వినరయ్యజనులార విద్యాఘనులార
ఘనులార హితులార కామినులార
తలిదండ్రులనక యన్నలుఁ దమ్ములనక
ఎలమి నాప్తులును బెద్దలు వంద్యులనక
తలపొగరెక్కి యుక్తాయుక్తములను
దలపోయ కెప్పుడు తులువలఁగూడి
కులశీలగౌరవంబులు కూలఁద్రోసి
నలుగురు నవ్వ మానము విడనాడి
చదువు సంధ్యయులేక బెదరింతలేక
పదములఁ బాడుచుఁ బకపక నగుచు
చిటికెలు వేయుచు నెట తానయగుచు
విట నట గాయక వేశ్యలయిండ్ల
సిగరెట్లు చుట్టలు చిలిమి గంజాయి
తగ వేదిమద్యము ద్రాగుచుచౌండోరుల
దూఱుచుఁ బచ్చిబూతులు దిట్టుకొనుచు
చోరులు చెడిపెలు జూదరుల్గలసి
నేరముల్సేయు దూరూర గుఱిమ్మురుచు
ఘోరకృత్యములు పెక్కులొనర్చి యిప్పు
డెక్కడనందక చిక్కులఁ జిక్కి
పొక్కుచునుంటినా పొగరెల్లదక్కి
చెఱుపఁదలంచినఁ జెడుఁదానెనిజము
ఊఱువేఁది మావారి యుదరముల్గాల్చి
కడలేనిదుఃఖసాగరమునముంచి
కుడిచితి చేఁజేతఁ బుడమితత్ఫలము
కనుఁగొనుఁడయ్యా యీ ఖలులతో మైత్రి
యునుపసంకెళ్ళతో నిటు తెల్లవాఱె.

ఇఁక నేమియనుకొన్ననేమి ? మూలక్షయ మొనర్చితిని. ఏపాప మెఱుఁగ నియబలబ్రదు కడవిపాల్సేసి మామగారికొంపం గూల్చితి నకటా ! ఐహి

కాముష్మికసుఖముల రెంటికిం జెడితి. ఆత్మహత్యఁజేసికొందమన్న ఘోరమగు నరకకూపము 'ఆ' యని నోరు తెఱచుకొని యున్నది. భగవంతుఁడిచ్చిన సర్వేంద్రియములను దుర్వ్యాపారంబుల వినియోగించి వివేకము సున్న చేసికొంటిని. నిరంకుశప్రవర్తనగల విషయేంద్రియములు వివేకశిక్షితములుగానిచో నడ్డులేని యడవిగుఱ్ఱంబులవలెఁ జెలరేగి యుక్తపదభ్రష్టునింజేసి నరకమను నగాధకూపంబున జీవునిం బడఁద్రోయును. ఇట్టి జీవునకాత్మహత్య యెట్లుపకరింపఁగలదు? బ్రతికి బాగుపడుట యిఁక స్వప్నావస్థ. చచ్చి నరక మనుభవించుటయనఁగా హృదయకుఠారము. ఎన్నఁడును బొఱబాటుచేసైన నీకరచరణాద్యవయవముల చేతనేజీవికిం బ్రీతిసేయకుంటిఁగదా! అట్టిపాపినేనిప్పుడు పరమేశ్వరుఁడా, పాలింపుమని సిగ్గులేకయేమని వేడుకొనఁగలను? అయిన నీశ్వరుఁడు దయాస్వరూపుఁడు. శరణాగతరక్షణ విచక్షణుఁడు. ఆ మహానుభావునకు భేదాభేదంబులు లేవు. కావున నీనిర్భాగ్యునకిఁక నార్తత్రాణ పరాయణుండగు నారాయణుండే పరమశరణ్యము. పరమేశ్వరా! (మూర్ఛపోవును, తెరపడును)

2 వ రంగము.

నర్మద, మాలతి, (ప్రవేశింతురు) దుష్టబుద్ధి పొంచి వినుచుండును.

నర్మ—కుమారీ! నేనిట్లంటినని యాయాసపడకు. నిన్నుఁజూచినవేళ యెట్టిదో కాని పొట్టనుబుట్టిన పట్టియందేని యిట్టి మమకార ముదయింపదుకదా! కావున, నామాట కాదనక వినుము. ఎక్కడనోయున్న సుమనోభిరాముఁడిక్కడ కెట్లువచ్చును? నీకేల యీపిచ్చి?

మా—నర్మదా!

గీ. లక్షలామడ లెడనున్న రమణుఁ డుదయ
మొందఁగనె పద్మినీకాంత డెంద మలరుఁ
గాదె యనురాగ మన్నిటికన్న మిన్న
మారమందున్న హృదయముల్ దూరమౌనె?

కావున,

గీ. నాదుహృదయంబు ప్రాణమానములు భక్తి
ధారవోసితి నాతండె దైవమనుచు
ముంచినను దేల్చినను గడుమంచిదె యిఁక
మనసు పెఱవారిఁ జేరదు మగువ నిజము.

మఱియును,

గీ. పరశుసంస్పర్శమైన నెప్పగిదిఁగాంత
మినుము నాకర్షణముసేయు? నెలమిరాజ
శేఖరునిఁజేరి చొక్కెడు చిత్తవృత్తి
హేయజనయుక్తి కలఁతనొందించునెట్లు?

(చప్పున దుష్టబుద్ధి ప్రవేశించి)

దు—ఏమంటి వేమంటివి? కాంతా! నీవింతపరాధీనురాలవయ్యు నాయంత వాని నావంతయేని సరకుసేయక తూలనాడుచుంటివి.

మా—ఓరి యవివేకుఁడా!

గీ. మానకవచంబుదాల్చిన మానవతులు
నస్వతంత్రులుగా రెట్టి యాపదలను
వహ్నిఁబడవైచి యూదినఁ బైనఁబైన
వన్నెమించక చెడునె సువర్ణ మెచట?

దు—వనితా, వెనుక ముందు నాలోచింపక యూరక వాగుచుంటివి. సకలమానవాధీశుల పెక్కుబొక్కసంబులఁగల రొక్కంబు నాయిక్కనుండు. చేతఁ జిక్కిన మానికంబు నక్కఱలేదను వెంగలియుండునే?

మా—ఓరినీచుఁడా! నీవెంత? నీసిరులెంత? ఇట్టి దుర్బోధనకు లొంగుదునను. కొంటివే? నిప్పునకుఁ జెదలంటునా? నీయట్టి నరపశువునకు సిరు లనర్థము లాపాదించునుగదా!

చ. సిరు లని చెప్పిరావనుట సిద్ధము కొబ్బరకాయనీళ్ళ మా
దిరిఁ; జనువేళ నల్లె కరితిన్న కపిత్థఫలంబుమాడ్కి; న

స్థిరములు మబ్బు నీడలగతిం జలబుద్బుద మాయ నెందుకీ
నరకపథంబు? ధర్మ మెడల న్నరజన్మ మనర్థ హేతువౌ.

దు—(కోపముతో) చాలుఁజాలు!

గీ. చెడెదవిపన్నుడు విడువుమీ చెనటిపూనిక
మంత్రములకెందు రాలునే మామిడులిల
నహహ నెలనిల్చెగడువు నీవపుడెగాని
చక్కఁబడవేమొ చూచెదఁ జంచలాక్షి.

(అని పట్టు నుంకింపఁగా మాలతి పరుగెత్తి నిష్క్రమించును)

నర్మ—(అడ్డుపడి) ఇది యేటివింత! ఇచ్చినగడువు ముగియకమునుపే యింత యాతురమా!

దు—నర్మదా! ఇది మిగుల సాహసికురాలని యెంచెద. మంచిమాటలకు మార్గమునకు వచ్చునట్లులేదు. అయిన నేనొక పొఱబాటుపడితిని. భీమవర్మ నాకుఁ బరిపంథుఁడుగ నేర్పడునేమోయని వృథా వాని చెఱయందునిచితిని. సుమనోభిరామునిపై దీనికి వలపున్న సంగతి నేడెఱింగితిని. ఆసుమనోభిరాముఁ డున్నట్టుండి యగుపడకపోయినాఁడఁట.

నర్మ—అయ్యో! పాపము! ఏమికారణమో!

దు—అది మనకేల? ప్రకృతము మనకార్యానుకూలమున పాటించుటుచితము. సుమనోభిరాముఁడు పిచ్చిపట్టి గతించినాఁడని నీ వాసుదతికిం దెలుపుము అప్పటికి వానిపైయాస మానుకొనును.

నర్మ—ఇది యొకవేళ నిజమైనను మన కల్పితమని యమ్మగువ నమ్మదు.

దు—నమ్మిననెంత? నమ్మకున్న నెంత? నీ వాపనిచేయుము. వెళ్ళుము.

(నర్మద నిష్క్రమించును)

(తనలో) ఔరా! ఏమి యీ చిత్రము!

ఉ. ఎంతటియోధులైనఁ జనవిచ్చివచింప భయాత్ములౌదు రే
నంతటివాఁడ నన్నుఁ గడు నల్పునిగా నదలించినైచె నీ

యింతి యిదేటికింత మరుఁడెంతటి యోధ! భళీ! సుమాస్త్రముల్
రంతులొనర్ప యోధులె దురంతవిచింతఁ దపింతురేకదా!
(నిష్క్రమించును.)

3 వ రంగము, అడవి మార్గము.

(సన్యాసివేషధారియగు సుమనోభిరాముఁడు భల్లూకభట్టును ప్రవేశింతురు.)

సుమ—మిత్రమా!

భ—బాగు! బాగు! బుద్ధిహీనుల కెంతబోధించిననేమి. నిజముగా నీనుండి యనర్థ మున్నది.

సుమ—అదేల మిత్రమా?

భ—అదిగో! మఱియు నదేపాట. మిత్రమా మిత్రమా యనునపుడెల్ల నాగుండెలు తటతట లాడుచుండును. నేను శిష్యుఁడననుమాట మఱచితివే? నారాయణస్మరణ యేనీటఁగలిపితివి? ఆపటము నాచేతికైననిమ్ము. ఎవరైనఁజూచినఁ బ్రమాదముసుమీ.

సుమ—నామనోహరాంగి నొరుల కెట్లీయను.

భ—"నావిష్ణుః పృథివీపతిః" అను వచనము నిక్కమయినచో నీమనోహరాంగి మామనోహరాంగియె మామనోహరాంగి లోకమాతయగుటఁజేసి నాకు మాత్రమూ బాధ్యత యొందులకులేదు? కావున, నీహృదయంగమమగు పటమును మాతృభావమున శిరసా వహించెద నిమ్ము.

సుమ—అట్లయినం గొమ్ము. పదిలముసుమ్ము (అని బట్టలోఁజుట్టి వాని తలపై నిడును.) ఎవరో తెరువరులియ్యెడ వచ్చుచున్నట్లున్నది.

భ—వచ్చిన నాకేమి? దొంగవేషముధరించిన నీకు భయముకాని—

సుమ—చాలు నూరకుండుము. నీపుణ్యము.

(బాటసారులు ప్రవేశించి భల్లూకభట్టుం గాంచి)

బాట—ఎవ రయ్యా మీరు?

భ—మేము మార్గస్థులము. మీదారిని మీరు వెళ్ళుండి.

భాట—ఏమండీ; యింతమాత్రమునకే కోపమా ? మీ రేయూరికి వెళ్ళుచుం టిరో చెప్పినమాత్రాన నోటిముత్యాలు రాలిపోవునా ?

భ—మఱేయు నదేమాటేనా ?

భాట—అయితే మీచిత్తము. ఆచెట్లదాపునమాత్రము మెలకువగా(బొండు.

(ఆమాట వినినంత చివుకు్కన వెనుకకు(దిరిగి భయ వినయములతో)

భ—అయ్యలారా! నిలువుండు నిలువుండు. అదేమో విశదము(గాసెలవిండు.

భాట—"అందితే జుట్టు నందకున్న(గాళ్ళు" మంచి గట్టివా(డవయ్యా!

భ—క్షమింపు(డు. నేనేమో మార్గాయాసముచేత నట్లంటిని. అదిగాక మాస్వా ములవారు నన్నూరూరు(ద్రిప్పి చంపుచున్నారు.

భాట—(కపటసన్యాసింగని) ఓహో! మహానుభావులారా! మా యపరాధ ము క్షమింపు(డు. (అని ప్రణమిల్లుచున్నారు)

సుమ—నారాయణ, నారాయణ, నారాయణ.

భాట—స్వాములవా రెచ్చటికి(జనుచుండిరో ?

భ—కన్యాకుమారికి, కన్యాకుమారికి.

భాట—ఈమహామహు లాశ్రమము(దీసికొని యెన్నినాళ్ళయినది ?

భ—అబ్బో! ఆశ్రమమా ? చాలాదినములాయెను. (ఆత్మగతమున) ఈశ్ర మ మెప్పుడు నివారణమగునో తెలియదు. కాని, (ప్రకటము) "ఆచెట్లదా పున" అంటిరెందులకు ?

భాట—ఇంతకుమునుపే మాకు బాగుగా ప్రహరణములు తగిలెను. ఏమిదొంగ లు! ఏమిదొంగలు!

భ—(సుమనోభిరామునింగని) స్వామీ! నేను రాను నాయనా! నేనురాను. బ్ర తికియున్న బలుసాకు(దిని జీవింతును.

సుమ—వృథా భీతిలనేల ? "గోచిపాతరాయ(డు దొంగలమిండ(" డని వా రుమాత్ర మెఱు(ంగరా ?

భాట—(భల్లూకభట్టుతో) మీకేమట్టివస్త్రాభరణములుకలవు. అయిన మీతల మీ(ద దిది యేమిటి ?

భ—ఇది స్వాములవారి పారాయణగ్రంథము, సూత్రభాష్యము. ఇది పోయి నవారిప్రాణములు పోయినట్లే. నిలుచున్నను, గూర్చున్నను, వారికి దీనిపై ధ్యానమే.

బాట—మహానుభావులు! మహానుభావులు! స్వాములారా! మమ్ముల ననుగ్రహింపుఁడు (అని నమస్కరింపఁగా)

సుమ—నారాయణ, నారాయణ, నారాయణ. (వారు నిష్క్రమింతురు)

భ—ఇఁక మనగతియేమి?

సుమ—నేనుండగా నీకువచ్చిన భయమేమి?

భ—నాయనా! నేనొక యడుఁగైనఁ బెట్టను. నీవు చంపిననుసరే!

సు—అయిన నా సెలయేటుదరికిం జని కాలోచితకృత్యములఁ దీర్చుకొందము. (నిష్క్రమింతురు)

దుష్టబుద్ధి, నర్మద, (ప్రవేశింతురు)

దుష్ట—నర్మదా! నీవాఁడు దానవయ్యా నిష్ప్రయోజనము.

న—ప్రయోజన ముండిన నేనీయాఁడుపుట్టువు పుట్టుదునేల?

దుష్ట—సరేకాని, మాలతి కేలాగున్నది?

న—ఏమనిచెప్పుదును? సుమనోభిరాముఁడు పిచ్చిపట్టి గతించెనని చెప్పినఘడియమొదలు నేఁటివఱకు మూసినకన్ను తెఱపిలేక యఖండమైన జ్వరముచే నింతింతనరాని బాధపడుచున్నది. అన్నోదకము లిందవు. ఇదిస్థితి.

దుష్ట—ఆలాగా! మాకు దూరప్రయాణమొకటి తటస్థించినది. ఇఁకఁబదునైదు రోజులకుఁగాని వచ్చుట కనుపడదు. అయినఁ దగినయేర్పాటుచేసి వెళ్ళెదను. జాగరూకతతో నాబాలికం గనిపెట్టి యుండుము. పొమ్ము.

(ఇరువురు నిష్క్రమింతురు)

4 వ రంగము, అడవిమార్గము.

సుమనోభిరాముఁడు, భల్లూకభట్టును ప్రవేశింతురు.

భ—రాత్రికావచ్చెను. మంచి యడవిలోఁ దగులుకొంటిమి. ఇంకెట్లు?

సుమ—ఈరాత్రి యిందేపరుండి వేకువనేవెళ్ళుదము. సమ్మతమా?

భ—సమ్మతము లేకుండినఁ జేయునదేమి? నీచేతిలోఁజిక్కితినిగదా! కొంపవిడిచి నేటికి నాల్గుమాసముల పదునేడుదనములు. తెల్లవాఱిన నవమి, శుక్రవారము.

సుమ—నీవీమధ్య పంచాంగము చూచుటలేదుకదా, నవమియనినీకెట్లు తెలిసెను?

భ—బ్రాహ్మణపుట్టుకపుట్టి యింతమాత్రము జ్ఞానములేదా? నెలవంకం గనుంగొనుము.

ఆ. మూఁడుపాళ్ళు సురలఁగూడి తాఁజవిచూచి
దివిజవిభుఁడు పూర్వ దిగ్వధూటి
కనిపియున్న వాఁడొ యమృతంపుఫేణి నాఁ
జందమామ చంద మందమాయె.

అదిగో! పిండికర్జకాయవలెనున్న చంద్రునిం జూడుము.

సుమ—చెలికాఁడా! నీది పొఱబాటు.

గీ. నింగికడలిని మేఘతరంగములను
మున్గితేలుచు దాగిలిమూఁత లాడు
తొట్టిపడవది, యామిని తూర్పుమలకుఁ
బిగియఁగట్టెను, కాదు జాబిల్లిరేఖ.

భ—మన మీశాల్మలీతరువుక్రింద నీరాత్రి పరుండుదము.

సుమ—మిత్రమా! ఆలాగే చేయుదము. ఆ పట మిటిమ్ము.

భ—ఇప్పుడాపట మెందులకు? పండుకొని నిద్రపోరాదా?

సుమ—కాదు- నీవు పండుకొని నిద్రించిన నేదైన దుష్టమృగమువచ్చి దానిని లాగికొనిపోవునేమో యని యడిగితిని.

భ—ఓయబ్బా! నాకది తట్టనేలేదుసుమా! నీవెంతసంపన్నుఁడవయ్యా! పటముపైనున్నయభిమానము నాయందు లేకపోయెనుగదా! నీ వెంతకైనను గట్టివాఁడవే.

సుమ—నెయ్యుఁడా! నీప్రాణమునకు నాప్రాణము. మనము చెట్టుమీదఁ బరుండిన మృగబాధ యంతగానుండదని తలంచెదను.

భ—నాయనా! నాచేతఁగాదు. క్రిందఁబరున్న మెకములోకవేళ రాకరామేపోవచ్చును. గావున చావనుమానము. పైనపరున్నం దప్పక నిద్రలోఁ గ్రిందఁబడినఁ దలబ్రద్దలగును. మరణము స్వతస్సిద్ధము.

సుమ—అట్లయిన నిక్కడనే నాయొద్దఁ బరుండుము.

భ—పదిలము సుమా, ఇఁక నీభారము. ఏమాత్రము శబ్దమైనను దిగ్గున లేపవలెను. నానిద్ర యెఱుగుదువుగదా? (అని పండుకొనును)

సుమ—ఔరా! ఈవెన్నెలబయట—

భ—ఏమయ్యా! నిద్రపోనిచ్చెదవా లేదా? బాగు! బాగు! కఱుకరాలుఁ బ్రొక్కఁ గాళ్ళున్ని చిదుపలై యుండుచుండె. వచ్చిపుండు మేను. నిద్రపోదమన్న నీయుపద్రవ మాయె- (అని గుడ్డఁదీసికొని లేచును)

సుమ—ఏడ కిపుడు?

భ—(నమస్కరించి) రాకు మీడకైన- నీపుణ్యము. మృగబాధకైన నోర్చి కొందును. నీబాధపడలేను. నన్నుఁ బలకరింపకుము.

సుమ—అయిన నీయిష్టము. నేనును శయనింతును.

భ—మహారాజవుకదా! (అని దూరముగా శయనించి గుఱ్ఱుపెట్టుచుండును)

సుమ—(పండుకొని యంతలో లేచికూరుచుండి) ఆహా! ఏమిది? ఎంతయత్నించినను నిదుర రాకున్నది. ఇట్టి వెన్నెలబయట, నిట్టి యేకాంతమున నా మంత్రిదేవత నన్ను నిద్రపోనిచ్చునా? ఈవెన్నెల చిచ్చున నా హృదయంబు వ్రేల్పక మానునా? ఓ నాహృదయమా! చిరపరిచితుఁడనగు నన్నిచట నిడనాడి, కనుల తమితీఱనైనఁ జూడని యావెలఁది వెంటంబడిచనుటుచితమా? ఆగు మాగుము—అది నా హృదయేశ్వరిధ్వనియా? కాదు, కాదు. కోకిల. కాదు, కాదు. ఉండు, ఉండు. (వినికి నభినయించి లేచి) ఆపూఁపొదం జూచెదను. ఇదేమి నామనోహరాంగి నావెంటనేవచ్చుచున్నదే? (తిరిగిచూచి) అయ్యో! నామైనీడయే నన్నెమఱించెను. అక్కటా!

మ. చెలియా! మారుఁడుపొంచి యిక్షుధనువుం జేనందె నింకెట్లనే
లలివాలార్తులనించెనే చిలుక చెల్లాటంబు కాన్పించెనే,
కలకంఠధ్వని మించెనే యళుల ఝుంకారంబు నొప్పించెనే,
వలుచిక్కుల్ దొడరింప హావిధి నినుం బంపించెనే మాలతీ!.

ఓరి మృగాంకా! రాజా! రాజు, రాజరాజు న్సమ్మానించుటెట్లా?

గీ. పాలవంటి కులంబున లీలఁ బుట్టి
తందు ద్విజరాజ వరయఁ గళాన్వితుండ
వహహ సన్మార్గవర్తివీ వమృతకరుఁడ
న్యాయమా యేఁచ నన్ను నిశాటవృత్తి.

అయ్యో! నీక్రూరకరంబులు కాలపాశంబులలీల భీతిఁబుట్టించుచున్నవేల? సరే నీవు కాలస్వరూపుఁడవేకదా!

గీ. పక్షపాతంబుఁ గని సమవర్తి కాక
కాళిమ లడంచి తెల్లని కళలు గాంచి
చూడ దాక్షిణ్యవృత్తి యించుకయు లేక
హరునితల మెట్టఁబుట్టిన యముఁడ వీవ.

అక్కటా! వీనిం దెలియక పెక్కండ్రు శీతకరుఁడందురు నిక్కముఁగా

క. నడురేయి పాంథులను వడిఁ
దడిబట్టల మెడలఁగోయఁదలఁచి మదనుఁడే
పిడిలేని వెండికొడవలి
నుడుగని రోసమున దాఁచె నుడుగణములలో.

ఓ నాసొబగులచిన్నారీ! నీకై కానలంబడి కడగండ్లంబడుచుంటిఁగా దె నీకీకాఠిన్యమేల?

సీ. ఇభరాజగమన నీ విందురా వెందుకే
పదములు చిగురులై పలుచనగునె?
మనసిచ్చి యొకమాటు మాటాడ వదియేల
పలుకులు చిలుకలై పాఱిపోనె?
ముసిముసినవ్వుల మురిపెముం జూపవే
నగిన వెన్నెలచాలు నష్టమగునె?
తమియారఁ గౌఁగిటఁ దరుణిఁగూర్చిన నీదు
బాహుమృణాళముల్ భంగపడునె?

చాన యీకాన నేగతిఁ గానకిటుల
నెంతొ వగఁగుంద గోరంత చింతలేక
యున్నదానవు తగునటే నన్నుఁ దాంగి
తాళ నినుబాసి ధృతి చాలఁ దూలె బాల.

ఔరా! అదిగో వేఁగుచుక్క—పరమేశ్వరా!

(పండుకొనును)

భీమవర్మ ప్రవేశము.

భీమ—దీనదయాళూ! నాసంకెళ్ళు విడఁగొట్టించి యింతమాత్రమేని స్వేచ్ఛం గల్గించితివి. ఇది యొకవింత కాదు.

క. ఒకమాఱు నినుఁదలంచినఁ
జెకచెక భవబంధనములు ఛిన్నములగు నీ
కిఁక నిది యొక ఘనకార్యమె
సకలాంతర్యామి యనుపనంకెల లెడపన్.

మహానుభావా!

శా. నీవేదిక్కు ప్రపంచమం దఖిలము న్నీవే జగద్రక్షకా
నీవే దీనుల నెమ్మిఁ బ్రోవ జగతి న్నీకన్న వేఱున్నదే?
నీవే సత్య మనాది మూలము నిను న్నేనెంత వర్ణింప నా
కీవే యీశ్వర నీదుభక్తిఁ గృప నన్వీక్షించి రక్షింపవే.

దేవదేవా! కరుణించి నేఁగడతేరు సాధనోపాయముఁ జూపఁగదే! (అని రెండడుగులు వైచి) ఓహో! వీరెవ్వరు? ఇంత ప్రొద్దెక్కినను గాఢనిద్రాపరవశులై యున్నవారు. ఆమహానుభావుఁడు సిద్ధపురుషుఁడు గానోపు. కాదేని, సూర్యునిం దిరస్కరించు తేజంబున వెల్గొందునెట్లు? ఆర్తజనశరణ్యుఁడగు భగవంతుఁడే నన్నుద్ధరింప నిట్టివేషంబున భూమికిం దిగియుండునోం డె. కానిచో, ఘనాక్షరక్రమంబున నిమ్మహాపురుషుఁ డిక్కారణ్యమునఁ దటస్థించు టెట్టు? ఇతఁడాతని శిష్యుఁడని తోఁచెడిని. వీరు మార్గాయాసము

చే డస్సియున్నవారు. (భల్లూకభట్టు నిద్రలో కలవరించుచుండ) పాపమితఁడు దుస్స్వప్నముం గనెనుగాఁబోలు! మంచిది. హెచ్చరించెదను. (అని బట్ట లాగును)

భ—ఓయబ్బా! నాయనా! పులి, పులి! చచ్చితి, చచ్చితి! (అని లేచును)

సుమ—(తటాలున లేచి) ఏది! ఏది! ఏది!

భ—ఓయబ్బా! అమ్మమ్మా! (అని వెక్కి వెక్కి యేడ్చుచు రాజుం గౌఁగిలించుకొనును)

భీమ—(కపటసన్యాసికి సాష్టాంగనమస్కారము లొనర్చి) మహానుభావా! క్షమింపుఁడు. ఈబ్రాహ్మణుఁడు దుస్స్వప్నముం గని కలవరించుచుండఁగా నిద్ర లేపితిని.

సుమ—అలాగా? (అని నవ్వి) భల్లూకభట్టూ! ఎంత రాద్ధాంతము చేసితివి?

భ—(కన్నులు తెఱచి వడవడ వడఁకుచు) అయ్యో! ఇదేమో రాక్షసమాయ. నిజముఁగాఁ బులిం జూచితిని. కన్నులు దెఱవఁగానే మనుష్యరూపము నుధరించెను. ఇదేమో మాయ దేశము. కాకున్నఁ గన్నులార మనము చూచిన చంద్రుఁడు సూర్యుఁడగుట వింతకాదా!

సుమ—అవివేకుఁడా! రాత్రి కడచెను. తెల్లవారెను.

భ—ఇంతలోనే?

సుమ—ఓయి! నీవెవరవు?

భీమ—నేను దిక్కులేనివాఁడను. పంచమహాపాతకుఁడను. అనుగ్రహింపుఁడు. (అని పాదములపైఁ బడును)

సుమ—(వాని లేవనెత్తి) శుభమగుఁగాక. ఓయి! దాపున ముఖప్రక్షాళనాదికమునకు జలాశయము కలదా?

భీమ—కలదు. దయచేయుఁడు. (అని వారికి దారిఁజూపును, సరోవరము దాపునకుం జని) స్వామీ! (అని ప్రణమిల్లి) శరణు, శరణు. నన్నుఁ గృతార్థునిం జేయుఁడు.

సుమ—(లేవనెత్తి) నీకేమి కావలెను?

భీమ—మంత్రోపదేశము.

భ—అట్లయిన నిక్కడకురమ్మా. (కడకుఁ దీసికొనివెళ్ళి) నాకు మా పిన్నమ్మ చెప్పిన తేలుమంత్రము చెప్పెదను.

భీమ—అయ్యా! నీతేలుమంత్రము, పాముమంత్రము నాకేల? జన్మరాహిత్యకరమగు మంత్రము నపేక్షించితినిగాని—

భ—ఏమంత్రమయిననేమి? భక్తిప్రధానముగాని—

భీమ—అయ్యా! నాకట్టిమంత్ర మక్కఱలేదు.

భ—అక్కఱలేకున్న మాలతివికాని స్వాములనారు పారాయణము చేసికొనుదాక వారిని తొందరపెట్టకు. ఇక్కడకురమ్మా. అంతలో నాచమనముచేసి సంకల్పముఁ జెప్పుకొనుము.

భీమ—చిత్తము. (అని పాదప్రక్షాళన మొనర్పఁగా)

భ—కేశవ, నారాయణ, మాధవ, దక్షిణయున్నదా? నీగోత్రము?

భీ—కౌశికగోత్రము.

భ—పేరు?

భీమ—భీమవర్మ. (అనఁగానే యదరిపడి)

భ—అయ్యో! చచ్చితినోయి. నాయనా! [illegible]భిరామా! భీమవర్మా! భీమవర్మా! నీదక్షిణవలదు. దక్షిణవలదు. ప్రాణములతోనన్ను విడిచిపెట్టుము.

సుమ—(కాషాయవస్త్రములోనుండి చంద్రాయుధము వెలికిఁదీసి గొబ్బున భీమవర్మపైఁబడి క్రిందవైచి) ఏమిరా! నీవు [illegible]వర్మవా? చోరుఁడా! వంచకుఁడా! కులపాంసనుఁడా! ద్రోహీ! [illegible] నీకుత్తుకఁ గత్తిరించెద. ఇఁకనెక్కడకుఁ బోయెదవు?

భీమ—మహానుభావా! రక్షింపుఁడు. అభయమిచ్చియునన్నిట్లుచేయఁబాడియే?

సుమ—అయిన మాలతినేమిచేసితివో చెప్పుము. చెప్పకున్నఁ జెక్కుచెండాడెదను.

భీమ—అన్నియు నివేదించెదను. మన్నింపుఁడు.

సుమ—అట్లయిన లెమ్ము. (అని లేవఁదీయును. భీమవర్మచెవిలో నేమో చెప్పుచుండఁగా వినికి నభినయించుచు) అయిన నాదుష్టబుద్ధియుండునదెచ్చట?

భీమ—వాఁడిప్పుడిచ్చట లేఁడు. అనతిదూరమున వానిదుర్గమున్నది. (అనిచెవిలో)

సుమ—భీమవర్మా! నీవు భయము పడకుము. చెప్పినది యర్థమాయెను. నేనంత యవివేకముగా వర్తింపను. నీకాచింతవలదు. నీవు చప్పునవెళ్ళి నా సేనా

పతి వీరసేనునిఁ దగినపరివారముతో వెంటఁబెట్టుకొనిరమ్ము. మాళవభూపాలునికి వెంటనే యీవార్తఁ జెప్పియుండి దుఃఖోపశాంతిం జేయదగునని నామంత్రి సుమంత్రితో నాయాజ్ఞగాఁ జెప్పుము.

భీమ—సార్వభౌమా! నేనొనర్చిన దోసములకు నన్నెవరుపట్టిదండింపకుందురు?

సుమ—నీకాభయమువలదు. ఈనాముద్దుటుంగరముం గొని చనుము. (ఆనియుంగరము నిచ్చుచు) దీనింజూపిన వీరసేనుఁడు నిన్ను బాధింపక గౌరవించును. వెళ్లుము వైళంబ.

భీమ—చిత్తము. చిత్తము. (అని నిష్క్రమించును)

సుమ—మిత్రమా! మన మాసరోవరము కురంగట నొకకొంతవడి విశ్రమింతము. ఇచ్చట నెండ మెండు.

(నిష్క్రమింతురు,)

(తెర పడును)

మాలతీనాటకము.

షష్ఠాంకము.

1 వ రంగము. సరోవరము.

(సుమనోభిరాముఁడు భల్లూకభట్టును ప్రవేశింతురు)

సుమ—ఔరా! ఈసరోవర మెంతమనోహరము!

అ. సత్కవీంద్రవాక్య సరణి గంభీరమై
సాధ్వచరితకరణి స్వచ్ఛమగుచు
సంయమీంద్రముఖము చాడ్పున శాంతమై
పొలుచు నీకొలంకు చెలువ మహహ!.

భ—నిక్కము. నిక్కము. చెలికాఁడా! ఇయ్యెడం బరికింపుము.

గి. పిల్లయలలకు నల్లాడు తెల్లగలువ
పైన జివ్వున రాయంచ వ్రాలినంతఁ
దూగుటూయెల లూపఁగాఁ దోడఁగా దానిఁ
బ్రియునుపచరించు పద్మినిరీతి మిత్ర.

సుమ—బాగు! బాగు! నెయ్యుఁడా!

గీ. కలువమొగ్గల నంచలు గరులుసాచి
వ్రాలుటయుఁజూడ మీసరోవరము వెలసెఁ.

బరపురుషుఁగన్నఁబాలిండ్లఁ బైటచెఱఁగుఁ
గప్పి మఱుఁగిడు నుత్తమాంగన విధమున.

భ—ఈప్రహదంబున నాయసుష్ఠానములఁ దీర్చుకొనెద. (అని జలావతరణ మభినయించును)

సుమ—నేను నాప్రాణలక్ష్మిని లక్ష్యానుసంధాన మొనర్తు. (అని పటముం గైకొని చూచుచుండును.)

నర్మద నీటికడవంగొని ప్రవేశించును.

న—(తనలో) ఆహా!

గీ. చిన్నతనముననే యిన్ని చిక్కులనిడి
బాల యిటువాసెనే నీ కకాలమరణ
మకట! హతవిధి; యిట్టి యత్యధికరూప
వతిని సృజియించి యడవిలో మృతివిధించె.

కటకటా! ఇఁక నెన్ని చికిత్సలొనర్చిననేమి? నాప్రాణసఖి నాకెట్లుదక్కును? ముట్టినఁగందు సుకుమారశరీర మావిషజ్వరతాపమున కోర్చునెట్లు? హా! మాలతీ! నీభాగ్యమున కేమందును? నిన్నెడబాసి యెట్లుందును? అక్కటా! ఆమూర్ఖుఁడు నిష్కర్షించుకొన్న లగ్నబల మిట్లుండెఁగా? ఇఁక నేమిగతి? మనోరోగమునకు మందేది? (ముందుకునడిచి) ఓహో! వారలెవ్వరు? మార్గస్థులా?

గీ. ఎవ్వ రాపాంథు? లిందుల కేగుదేర
నిందుచోద్యము; నా కెండ్లు నిండెనాకొ-
లిలఁ బులియున్న పొదఁజొచ్చు లేళ్ళపగిది
వచ్చి రిచటికి; వీరిని హెచ్చరింతు.

పాపము! వీరెవ్వరో దారితప్పి యిచ్చటికివచ్చిరి. వీరి యదృష్టవశంబున దుష్టబుద్ధి యిక్కడ లేకుండెను. ఉండిన, నెంతప్రమాదము! అనతిదూరంబున నాబాపఁడు ముక్కుఁబట్టుకొని జపముఁజేయుచున్నవాఁడు. ఈవైపున నున్నతఁడు.

గీ. తరుణ లావణ్య సత్కళాధాముఁ డితఁడు
చూడ మిఱుమిట్లుగొల్పె నాచూడ్కి కహహ!
నియతి యతిచంద్రుఁడగు మహానిర్మలాత్ముఁ
డితని సేవింప దురితము లెడలకున్నె?

ఔరా! అనంతకోటి జన్మ సంపాదిత పుణ్యపరిపాకముచేతనే యిట్టి సిద్ధ పురుషుల సందర్శనము లభించుట. ఈమహాపురుషుఁ డొకించుక యేని చలింపని మనస్సుతోనేమో లక్ష్యానుసంధాన మొనర్చుచున్నవాఁడు. నారాకనైన నెఱుంగఁడు. ఇటునటు తిరిగియైనఁజూడఁడు. ఒకవేళ నిమ్మహాత్ముఁడు దివ్యౌషధసిద్ధుల నెఱుంగునుగాఁబోలు! అట్లయిన నీతనికిం బ్రాణప్రదానంబు సేయుదు. మఱియు నీతనిచే నాచెలికిం బ్రాణంబులఁ దెప్పింతు. (సమీపించి సుమనోభిరామునిచేతిలోని పటముంగని, నివ్వెఱఁగున)

గీ. ఏమిచిత్రము! మాలతి నెవరువ్రాసి
రిందు నాప్రాణసఖిని బూర్ణేందుముఖిని

సుమ—(తటాలున తిరిగిచూచి)
ఎవరు నీవిట్లుపల్కఁగ నెవర వీవు?

న— మేలు మేలిది కడులెస్స! మీర లెవరు?.

సుమ—అమ్మా! నీవెవరవు?

న—ఇదికదా గట్టితనము! "పాపమని కూర్చుండుమన్నఁ బందిటివాసాలు లెక్కపెట్టెనఁట" మాయింటికివచ్చి మాపేరడుగుటకుమీరెవ్వరు? మా మాలతిపటము మీచేతి కెట్లువచ్చెను?

సుమ—ఇది మీమాలతిపటమా?

న—మఱేమి? నేనంతగ్రుడ్డిదానను గాను.

సుమ—(భల్లూకభట్టుం జీరి) మిత్రమా! ఈచిత్రము చూడు.

భ—(తిరిగిచూడకయే) ఏమయ్యా! యీపీడ! సంధ్య జపము ఒకటియును వలదా? ఎప్పుడును నీచిత్రముఁ జూచుచుండినఁ జాలునా? "తా మునిఁగినది గంగ, తావలచినది రంభ."

సుమ—మూర్ఖుఁడా! ఇటు తిరిగిచూడుము. ఈస్త్రీ మాలతియనుచున్నది.

భ—(తిరిగిచూచి) ఏమి మాలదియా?

సుమ—మాలదికాదు. మాలతి- మాలతి.

భ—మాలతి? ఏది? ఎక్కడనున్నది?

న—ఎక్కడనున్నన్ దానియాస మీకెందుకు?

గీ. నాదునెచ్చెలి కచ్చెలి కేదొయకట
వికటమైలోఁజ జ్వరదోష మిఁక నదెట్లు
బ్రతుకునో దైవమేతోడు బాలఁబాసి
యెట్టు లేనుందు నేమందు నేదిమందు.

సుమ—ఏమి? ఏమి? మాలతికిజ్వరమా? విషజ్వరమా? నాజీవరత్నమునకు-నాహృదయసంజీవినికి జ్వరమా? జ్వరమా? జ్వరమా? హా! సుమనోభిరామా! ఇఁక నీవేలబ్రదికియున్నావు! (అని మూర్ఛిల్లును)

న—(భల్లూకభట్టుం గని) అయ్యో! ఇతఁడు సుమనోభిరామచక్రవర్తియా? అయ్యో! అయ్యో! నేనెంతటి యపచార మొనర్చితిని! స్వామీ! మీ రితని నోదార్పుఁడు. నేనిప్పుడేవెళ్లి నాప్రాణసఖికి నీవార్తఁదెలిపి పునర్జీవితం జేసెద. ఇది యపాయస్థలము. ఆగుహలోనికిం గొనిపోదము. రమ్ము. (ఆకార్య మభినియించి) నేవచ్చువఱకు మీరిచ్చటనుండి కదలితిరేని మీప్రాణములు మీవికావుసుఁడీ, (నిష్క్రమించును)

సుమ—(సేదదేఱి) అక్కటా! నాసుందరాంగి! నినుంజూచుప్రాప్తి లేకపోయెనే! నీనగుమోముగానక, నీజిలిబిలిపలుకులు వినక, తపించి తపించి, తుదకు నీవనాథనై దుర్మరణము నొందుచుండఁ జేయునదిలేక వ్యథుఁడనై నేనుమాత్ర మెట్లు భూమికి బరువుగా జీవింపఁగలను? మిత్రమా! ఇఁక నాయాస నీకు వలదుసుమా, నీవిప్పుడేవెడలి మాతల్లికి నాపైఁగల మమతందొలఁగింపఁజేయునుపశమననాకుఁల నా మెనూఅడింపుము. ఓమాలతీ! నిన్నిబొందితోఁగలిసి సుఖంచుట కవకాశము లేకపోయెనుగదా! కానీ, స్వర్గలోకమందైన నదియెట్లు సిద్ధింపదో చూచెదఁగాక. (ఖడ్గముఁగైకొనును)

భ—(ఎత్తినచేతిఁబట్టుకొని) సుమనోభిరామా! ఏమిది? ఇదేటిసాహసము?

సుమ—వదలు. వదలు. ఇది యేటిసాహసమే ?
భ—చెలికాఁడా ! ఆత్మహత్య శూరధర్మమా ?
సుమ—అయిన నెత్తినకత్తి నేమిచేయమంటివి ?
భ—క్రింద వేయుమంటిని.
సుమ—అదిమాత్రము శూరధర్మమా ?
భ—అయిన నాగొంతు నఱికెదవాయేమి ? బాగు బాగు !

(నర్మద ప్రవేశించి తనలో)

సీ. శ్రీచక్రవర్త్యాఖ్య సిద్ధమంత్రంబయి
ప్రబల దేహాయాస భరమునడఁచె
రాజశేఖర నామ రసపానరతిమహా
భీలనైవస్వత భీతిమాపె
నిను ననుగ్రహవృత్తి మనప్రభావము
కమలినికిని ముఖ కాంతిఁగూర్చెఁ
జతురాస్యధీరసచ్చాతురి స్మరియించి
నంతనాయుర్భాగ్య మలరఁజూపెఁ

గీ. రాజుపే రన్నమాత్రాన రాజవదన
నిండుకనుగల్వలనువిచ్చి నీరునించి
దెసలఁబరికించె, వినెఁ జాలఁదెలివితోడఁ,
బాసె నపమృత్యు, విఁక బ్రాణభయములేదు.

భ—(నర్మదంగని రాజుతో) అదిగదిగో ! రాజరాజా ! ఆమగువ.
సు—ఏది యేది ? (నర్మదంగని) అమ్మా ! మాలతియెట్లున్నది ? ఎందున్నది ?
న—అయ్యా ! తొందఱపడకుఁడు. భయములేదు మీ నామమంత్రోచ్చారణచేః
నే, యంతటివిపద్దశలో నున్ననాచెలి సంజీవినిచేసౌమిత్రియుంబోలె,

గీ. కదలెఁ గనువిచ్చెఁ జూచె సైగలను బిల్చెఁ
జేయిపైఁజాచెఁ జెంతకుఁజేరఁదిగిచె

లేచెఁ గూర్చుండె మాటాడె లేమ యడిగ
వినెను దమకించెఁ దోడితెమ్మనెను నిన్ను.

సు—ఏమియేమి ! మాలతి నన్నుఁ దోడ్తెమ్మనెనా ?

న—(చెవిలో- చక్రవర్తి తలనాడించుచు నాశ్చర్యవిషాదముల నభినయించు చుండును)

సు—కోమలీ ! నిక్కమా ? నిక్కమా ? ఆ చక్కెరబొమ్మకు నాపై మక్కువ కలదా ?

న—మాటలేల,

ఉ. పాటలగంధి నీదు నెడఁబాటున నోటికిఁ గాలకూటమై
పాటిలఁగూడు, చెప్పలకుఁ బాటొకయింతయు లేక యెప్పుడుం
బాటలు నీదుమాటలుగఁ బాడుచు భూతముసోఁకినట్టు బ
ల్పాటులఁగంది తానకట బాళిఁదపించు నృపాలచంద్రమా.

సు—అట్లయిన నేను ధన్యుఁడనే ఓచిత్తమా ! శాంతింపుము. శాంతింపుము.

గీ. చిత్తకీరమ ! యుడుగు నీ తత్తరంబుఁ
గ్రొత్తవాఁడనె ? ఆకొమ్మ క్రొత్తకాదొ ?
తెలిసె నీపక్షపాతము మెలఁగుమింకఁ
గలికి కౌఁగిఁట నినుఁగ్రుచ్చి గారవించు.

మాలఁతీ ! నాప్రాణరత్న మెందున్నదో చూపి పుణ్యముఁ గట్టుకొనుమా.

—రాజశేఖరా ! మీరిట్లాతురపడవలదు. ఒకపనికిఁ దెగువమైఁ గడంగునప్పు డొడలంతటం గన్నులువలయును. నిఖిలశస్త్రాస్త్రసామగ్రి గలసాహసికులు మాటమాత్రమునవచ్చి పయింబడఁగలరు. కావున, మీరాగుహవదలి రావల దు. నేను రేపో యెల్లుండియో సమయ మాలోచించి యా సుందరితో మాట లాడుట కను వమర్చెదను. తొందరపడకుఁడు. ఆదుర్మార్గుఁడగు దుష్టబుద్ధి సామాన్యుఁడు కాఁడు.

ఉ. కూళుఁడు భూతకోటి కనుకూలుఁడు సంతతపాంథమార్గ చే
తాళుఁడు పాతకాచరణధైర్యవిశాలుఁడు పుణ్యవర్తనో

న్మాలుఁడు శిష్టలోకహాననోన్ముఖశీలుఁడు చూడవట్టి చం
డాలుఁడు వీని క్రొవ్వెపు డడంగునొ కానఁగరాదదేరికిన్.

కావున, పదిలముసుండీ! నే వచ్చునంతవఱకీఫలములను, బిండివంటలను భక్షింపుఁడు.

భ—ఇకఁడ వేయుము. (అని యొడిబట్టును) వారికి వేఱెతెచ్చెదవా?

సు—నాకక్కఱలేదు నీవుతిని తృప్తినొందుము.

భ—నీకు సంతోషములోనే కడుపునిండినదిఁక వీనితో నేమి?

స—నాకనుజ్ఞయా?

సు—మరల నెప్పుడువచ్చెదవు?

భ—ఇవన్నియు నయిపోవునంతలోఁజుమా.

స—అలాగే (నిష్క్రమించుచుండఁగా)

భ—ఇట్టివే మఱికొన్ని మఱచిపోకు.

సు—చెలికాఁడా!

భ—నన్నుఁ బలక్రరింపకుము. వీనిలో నొకతునుకయినను నీకీయను.

సు—ఓరి కుక్షింభరుఁడా! ఆమాటకుఁగాదు. నాకిదిసుదివసమని చెప్పవచ్చితిని.

భ—నీకంటె నాకు మఱింత సుదివసము.

సు—మూర్ఖుఁడా! నాకు భాగ్యకాలము సమీపించిన దెఱుఁగవా?

భ—అల్పసంతోషీ! నా భాగ్యము నాయొడిలోనే యుండు టెఱుఁగవా?

సు—"బ్రాహ్మణో భోజనప్రియః" నీకుఁ దగినయర్థము నీకుఁదోఁచినది.

భ—నీయర్థములో బ్రాహ్మణార్థమునకు మించిన సారస్యమున్న దాయేమి?

సు—(నవ్వి తనలో) "మొఱకువానికేల మొగలిపూవాసన," నాయానంద మీ మూఢుఁడెట్లూహింపఁగలఁడు? తెలివిలేనివానికెంతబోధించినను "స్థలపిపీలికా" న్యాయమున మునుపటితోవనే చనుచుండును.

క. వలపుల నాయికమైకొనఁ
బులకాంకుర జనిత సుఖముఁబొందు రసికుఁడే
శిలలెన్నియున్న వెన్నెల
కలిమికి శశికాంత మొకఁడె కరఁగునుగాదే!

(ప్రకాశముగ) మిత్రమా ఈమాటవినుము.

భ—ఇవన్నియుఁ గడతేర్చినపిదప (అని తినుచు నిష్క్రమించును).

సు—మాట! మాట! (అని వెంబడించును).

2 వ రంగము దుష్టబుద్ధిమేడ.

(అంత నర్మద, మాలతి, ప్రవేశము).

మా—నీఋణమేనెట్లు తీర్చుకొందును. నెచ్చెలీ! నీవు చెలివికావు-తల్లివి. మిత్తి నోటినుండి నన్ను రక్షించితివి. నాదుఃఖములఁ దుదముట్టించితివి. నానర్మ్మదా! నావెతల నాథునికిం దెలిపి కరుణఁ బెంచి సమధికసౌఖ్య మొనఁగూడఁ గార్యసంఘటన సేయుమా. పుణ్యముఁ గట్టుకొనుమా. నీకునేఁ జెప్పఁదగినదేమున్నది? నాప్రాణమానంబులు నీచేతిలోనున్నయవి. నాసఖీ!

న—నీవేల విచారపడెదవు. అలభ్యయోగముగా నీమనోవిభునిచ్చుటకిఁ దోడ్పఱ నివచ్చిన భగవంతుఁడే ఆయింతకార్యముం గొనసాగించును. భగవచ్చిత్రము తెలియదుకదా.

ఉ. ఒక్కరునిబుజ్జగించు మఱియొక్కరుఁడ నొక్కరుని నేడిపించు వే
ఱొక్కరునిమీఁదఁబెట్టు నొగి నొక్కరుఁడ వానిని గ్రిందనెట్టుఁ దా
నొక్కరునిఁ జిక్కులవెట్టు సిరినొక్కరుఁడ వానికి దోఁచిపెట్టు నీ
ఫక్కి విచిత్ర మెందు భగవంతునిచేత లెఱుంగశక్యమే?

ఆ. వె|| "పంకజాత" మునకుఁ బరిమళంబొసఁగూర్చెఁ
బరమహంస నడవిపాలొనర్చె
రజనిచరుని రాజరాజని తలఁదాల్చె
నౌర దైవచేష్ట లద్భుతములు.

మా—విషయమిట్లుండ వృథాదురభిమానగ్రహగ్రస్తచేతసులై మానవులొండ ఱుంగక;

క. పొడిచితి గెలిచితి నేనని
పుడమిం గడునుబ్బుచుండ్రు పురుషులు మఱివా

రిడుమల బడలిన దైవము
నొడలెఱుఁగక దాఁచుచుందు రక్కడఁగి చెలీ.

సర్వేశ్వరు నాజ్ఞలేక యొకయాకు నయితమల్లాడదు- ఆ యనంతచక్షుస్సున కభేద్యమగు రహస్యమే బ్రహ్మాండమునం దేమూలనేనుండదు. కావున నరుల మొఱల నాలకింపకుండునా? నర్మదా నిజముగా నామనోహరుఁ డిచ్చటికి వచ్చినాఁడా, నావంతమాన్ప నట్లంటివా?

న—ఇంకను నీకనుమానమా?

మా—అట్లని నాచేతఁ జేయివేయుము.

న—నిజము—(అట్లొనర్చును).

మా—క. మన్నింపుమమ్మ నర్మద
మిన్నక యనుమానపడుచు మిడికించితి ని
న్నెన్నఁగఁ గామిలలోఁదవిన
కన్నులకన్నియును బచ్చఁగాఁ గనుపడుఁగా!

ఓ నానెచ్చెలీ! నిన్నూరక చిక్కులఁ బెట్టుచుంటినిగదా. చీటికి మాటికి నీకు నాయానముఁ గల్గించినందులకు మిక్కిలి లజ్జయగుచున్నది. ఎట్లయినను బ్రారంభించినపని పూర్తిసేయు భారము నీదే. నర్మదా! దయఁజేసి యిఁక నొకమాఱా మానవేంద్రునికడకుంజని రమ్ము.

న—ఇంత.

గీ. మానవేంద్రునిరాక బల్మాయగాని
పోయివచ్చెద నైన నేమాయెఁగాని
మంచిమాటలనేని యేమాయఁగాని
తోయజాక్షిరో తత్తు నీమాయకాని.

కావున నీ వారవంత సేపు చింతవదలి నెమ్మదినుండుము. లోపలికిం జనుము. నేవెళ్లెదను. (నిష్క్రమింతురు)

సుమనోభిరాముఁడు, భల్లూకభట్టును బ్రవేశింతురు.

సు—మిత్రమా! అదిగో! సూర్యుఁడస్తమించెను.

గీ. రాజకంటకుఁ డగుచు సత్ప్రభలు మాపి
కువలయంబును గుతకుత గుందఁజేసి
యుత్తమస్థితు లడగించు నుగ్రకరుఁడు
నస్తమించెను మిగుల దోషాతిశయము.

ఇఁకను నర్మద రాకున్నది. ఆఁడవారిమాట లెంతనిజమో కనుఁగొంటివే? ఇదంతయు మోసముకాదుగదా?

భ—వారికే తలఁదాఁకవలెగాని యొకరుచెప్పిన విందురా? నీకెందులకయ్యా ఆగాడవయని చిలుకకుఁ జెప్పినట్లు చెప్పితినిగాదె? వింటివే? ఇప్పుడు తలగోఁకుకొనుచు నిలుచుంటివి. ఫలమేమి? పెద్దవారిమాట పాటింపనివారికి నట్లిట్లుకూడ యీయుపకర్మ తప్పనివిధి.

సు—ఇఁక గతి?

భ—పిక్కబలమే.

సు—బాగు! నాకట్టిపనికిఁ గాళ్లురావు.

భ—అల్పసంతోషివి. ఆమాయలాఁడిమాటలకు భ్రమించి, ఆయింతగారెముక్క, బూరెముక్క పోఁగొట్టుకొని నాకిప్పుడు పాఱిపోవుటకుఁ గాళ్లెగయవని మిడుకుచుంటివి. నీకుఁ జూపులు నాకు మేపులు.

సు—తిండితిండియని యూరక నాలుక గుంజికొనుచుంటివేల?

భ—పిచ్చివాఁడా! అన్నిటికిని మొదటిది కడుపు. అది నీటికడవవలెఁ జల్లఁగ నుండినఁగద, అన్నిగౌరవములు. దానింబట్టియే ముప్పదిమూఁడుకోట్ల దేవతలలో విఘ్నేశ్వరునకగ్రపూజ.

క. కడుపే ఘనసంసారము
కడుపే కైలాసమెదియుఁ గడుపునకెనయే
కడుపే విప్రులవిత్తము
కడుపే పెద్దఱికమిచ్చుఁగద లోకులకుఁ.

సు—బాగు! బాగు! కుడుపుఁబోతునకుఁ గడుపే పెండ్లామఁట. అందుకనియా భార్యను విడనాడి నిశ్చింతముగానుంటివి?

భ—ఇద్దఱను గట్టుకొని నేనెకడ నఘోరింతును. కావున నొకదానిని దిగవిడిచి వచ్చితిని.

సు—ఆఁగుమాఁగుము. అదెవ్వరోవచ్చుచున్నట్లున్నది.

(నర్మద ప్రవేశించి.)

న—రాజేంద్రచంద్రమా! ఇటురండిటురండు. (నిష్క్రమించును)

సు—ఏమిరేమి? (అని వెంబడించును)

భ—ఈమాటలడ్డులారేమి (అని వెంబడించును)

[దుష్టబుద్ధి కోటకావలివారు, లింగఁడు గంగఁడు ప్రవేశింతురు]

లిం—గంగా! యజమానుఁ డింటలేకుండిన మనకెంతో హాయి. ఇఁక రెండు మూఁడు దినములు మనమాడినదేయాట, పాడినదే పాట.

గం—అయినను, లింగా! ఈకావలిపని గోజుపనిసుమీ! ఈ రాజుగారి బిడ్డను తెచ్చిననాఁటనుండి మనకు పనియెక్కువే.

లిం—ఇంతకు మనము పొడుచునదేమి? ఈకాఱడవిలోని కింకొక్కఁడు రాఁగలఁడా? మనము లాంఛనమాత్రముకాని— ఇప్పుడే సుఖముగా నున్నా మనుకో. లేకున్న వారివెంట నడవడవిఁ దిరుగవలసియుండునుగదా? మనదే అదృష్టము.

(నర్మద సారాయిబుడ్డిని బట్టుకొని ప్రవేశించును.)

గం—ఏమమ్మా! నేఁడు నేలఁ గాలూనక తిరుగుచున్నావు. ఆమె కేలాగున్నది?

న—గంగన్నా! ఇఁక మన కా యాస యెందుకు? అది గట్టెక్కుట యసాధ్యము.

లిం—ఈసంగతి మన యజమానునకుఁ దెలుపక పోయిన నెట్లు?

గం—అతఁ డెక్కడనున్నాఁడని చెప్పి యంపవలె.

న—నా కొడుకు వృషునితో నాఁడే వార్తనంపితిని. నేఁడో రేపో వచ్చితీఱవలెను.

లిం—పాప మాయనకుఁ గన్నులఁజూచు ప్రాప్తి యున్నదో లేదో.

న—ఏమో! మన కెట్లు తెలియును?

గం—చాలఁ జీఁకటిపడినదే. ఎక్కడకు వెళ్ళియుంటివమ్మా?

న—మాలికకు.

లిం—నీ చేతిలోని దదియా?

న—కాదు. ఇది నా కొడుకు నెలక్రిందట మంచిసారాయని- అదేయూరో మఱచితిని. అక్కడనుండి తెచ్చినాఁడు. మిగులమంచిది! మిగులమంచిది! పాప మా బాలికకుఁ గొంచెమిచ్చిన మంచిదేమో?

గం—మిక్కిలి మంచిదే. దాని గాటిక్కడకు వచ్చుచున్నది.

లిం—అది త్రావినఁ జచ్చినప్రాణాలు సయితము లేచి కూర్చుండును.

గం—ఒక్క సీసాయా తెచ్చినది?

న—అదేమి దారిద్ర్యము? గొప్ప సారాయివర్తకుఁడు మూఁడుబండ్లకు నిండుగాఁ గొనిపోవుచుండ నానాఁడతని దోఁచి కొల్లఁగొట్టుకొనిరాలేదా? మీ కెఱుంగరా?

లిం—ఆలాగటమ్మా? చూచితివే గంగన్నా? మన కీ నిర్భాగ్యపు కావలిపని దాపరమై యెట్టి మంచి లాభాలను జెడఁగొట్టినదో.

న—మీకు వలసియున్న దీనిం గైకొనుఁడు. ఏమి మహాభాగ్యమా? ఆ బాలికకు రెండు మూఁడు తొట్టులైనం జాలును. ఇంతకు నెంత కావలసియున్న నింటిలో నున్నది. (అని దాని నొసఁగును)

గం—(దానిం గొని) చల్లని తల్లివి! నిన్నెంతకొనియాడినను జాలదు.

న—ఉండుఁగాక! నే వెళ్ళివచ్చెదను.

(అని మఱుఁగుపడి యుండును.)

లిం—(గంగని చేతిలోని సీసాను బట్టుకొని) ఆగు మాగుము. అంతయు నీవే త్రావకు.

గం—మొదటగుటుకు నాది. పిమ్మటిది నీది. (అని దానిం బగలఁగొట్టి)

మధువృత్తము. పొగల్ బైకెగిరి పోవకముందే
దగల్ దీరనిది త్రావఁబనందే
తెగుల్ జేరదట దేహమునందే
దిగుల్ బాపఁగల దీయొకమందే॥

(అని యిరువురు త్రావిపడియుండ, నర్మద వారికాళ్ళు పట్టిలాగి)

న—త్రాగినవారును, చచ్చినవారును సమానులే. ఇఁక వీరు పండ్రెండు గంట లవఱకుఁ బ్రక్కకైనఁబొర్లరు. తక్కిన కార్యభాగము నాలోచించెదను.

(నిష్క్రమించును)

(కోటలోఁగల మేడలో మాలతి ప్రవేశించును)

మా—నాప్రాణసఖి!

గీ. ఇఁకను రాదేలొ నెచ్చెలి యెచటనేని
తామసించెనొ మఱచెనో దారితప్పె
నో విభుం డుండెనో యందు నుండలేదొ
సమయమబ్బెనొ లేదొకో సకియకందు.

మ. పతి దా వచ్చునొ రాఁడొ మాట వినునో పాటింపఁడో సత్కృపా
మతియై చూచునొ చూడఁడో కసరునో మన్నించి మాటాడునో
హితమాత్మం దలపెట్టునో తలఁపఁడో యేమందు ? హా! నాపురా
కృతమెట్లున్నదొ యేమి సేయుదు మనఃఖేదంబు బాధించెడున్.

(దూరమున వచ్చు నర్మదం గని)

గీ. అదిగొ! నర్మద వచ్చుచున్నది యిఁకెట్లు ?
ఏమి చెప్పఁగనున్నదో యేమొ యిపుడు

(నర్మద ప్రవేశింపఁ గని)

పడఁతి నీవని కాయరొ పండొ తెలుపు

న—పండె నిక్కము

మా—నానోము పండె నేఁడు.

న—మాలతి! ఇఁక రమారమి కాలుగంటలో నీమేడకు దక్షిణపువైపునఁగల తోఁటలోని కతఁడు రాఁగలఁడు.

మా—కావలివారు చూచిన-

న—నీకా వెఱపేల? రేపు సూర్యోదయమువఱకు వారు సారాయిమైకముతో నేనుఁగులు త్రొక్కినను లేవక పడియుందురు. వారికి మద్యమునం దొక కైపువస్తువును గలిపి త్రాగించితిని.

మా—చెలీ! (అని కౌఁగిలించుకొని) ఏమి నీ సాహసకౌశలములు!

న—ఇఁక నీవాకిటికిటికీకిలోనుండ నీకాంతుని రాక నిరీక్షించుచుండుము. నేనింతలో మన తోఁటలో నిచ్చెననొకటి నునిచి వచ్చెదను. (నిష్క్రమించును)

మా—(కిటికిటీలోఁ జూచుచుఁ గూర్చుండి) ఆహా! ఇది యేమో విపరీతముగా నున్నది.

గీ. ప్రియుఁడు రానున్నతఱి సమీపించుకొలఁది
నంతకంతకు మది కాఁగ వింతవేఁడి;
వానకురియఁగ నున్నెడ వసుధ కరము
నుడుకు మునుమున్నె వడగాలి యుడుకు దగిలి.

(అని విసనకఱ్ఱచే విసరుకొనుచుండును)

(సుచరిత్రుఁడు భల్లూకభట్టు ప్రవేశింతురు)

సు—ఆసుందరిసూచించిన మార్గమిదేగదా? ఔను. అదిగో ప్రాకారపుగోడ. అల్లదిగో దక్షిణంపువైపునఁగల మఱ్ఱిచెట్టు. ఔనౌను. అదిగో గోడమీఁదికి వ్రాలినకొమ్మ. ఆవలవైపున నిచ్చెనవేసియుంచెదననెను. చెలికాఁడా! నీవిక్కడనేయుండుము.

భ—నీపుణ్యము. నన్ను బ్రతికించితివి. దయచేయుము.

సు—(చెట్టెక్కుట నభినయించి దూరమున మాలతిముఖమును గాంచి)

గీ. పున్నమా నేఁడు కాకున్నఁ బూర్ణచంద్రుఁ
డెట్లు పొడసూపు నదిగొ ఖండేందుఁడిచట
చంద్రు లిర్వురుగలరె యుర్విం దలంప
రెండుపక్షము లొక్కట నుండునెట్లు?

ఏమిది విపరీతము! ఇంచుక నిచ్చెనపైఁ గాలూది చూచెదను.

(అని రెండుమెట్లుదిగి మాలతిని గుర్తించి)

సీ. అదిగదిగో నాదు మదిదొంగిలినయట్టి
కంతుచేతికటారి పొంతకారి
పొగలేని సెగవెట్టి వగలఁ గుందఁగ నెట్టి
కనుఁ బ్రామివచ్చిన కలువకంటి
ఘనుఁడ నేనని యొనర్చిన ప్రతిజ్ఞల నెల్ల
వంకపాల్సేసిన వన్నెలాడి
చెలువగుపుట్టముల్ చలపట్టి విడిపించి
కాషాయమిచ్చిన కఠినచిత్త

గీ. అదిగో! అరవాసిమబ్బులో నడఁగియున్న
నిండు రేవెల్గు నావెల్గు నెమ్మొగంబు
నీటుగా మేడకిటికిటీ చాటుననిడి
తొంగిచూచెదుఁ బలుమాఱు తోయజాక్షి.

(అని చప్పున నిచ్చెనదిగి మేఁడపైపున కుఱుకుదున్న సుమనోభిరాముని మాలతి చూచి)

మా—ఓ మహీపాలచంద్రమా!

సు—ఓశుభాంగి! నాదు జీవనచంద్రిక నామిటారి

మా—నామనోహర జగదభిరామవేష

సు—నాదుముద్దులచిన్నారి నాదురాణి

మా—నామనోరథఫలమ నానోముపంట

సు—నాదుకన్నులవెన్నెల నాదుకలికి

మా—నాదు సుమనోభిరామ భూనాథసోమ

సు—నామనఃప్రియ మాలతీ! నాయకమణి.

సీ. సకియనీకైయెల్ల సుకముల నెడఁబాసి
తిరిగితినే దేశ దేశములను

మా— పగళులు రేళ్ళు నీ పదపద్మముల మది
నిల్పి ధ్యానించితి నిదుర రోసి
సు— పొదలును గుహలును భూరిశైలంబులు
వెదకితి నెల్లెడల్ విసుకులేక
మా— అనయంబు నీరూపు కనులఁ గట్టినటుండఁ
గలవరించుచునుందుఁ గలఁతఁ జెంది
సు— వినుము చీమచిటుక్కు మనిన నీవని లేచి
బయ లప్పళింతు నీ భ్రాంతిఁ దవిలి
మా— నాథ నేనిటుల ననాథనై కడలేని
యిడుముల నడవులఁ బడుచునుంటి
సు—గీ. నిఖిలసామ్రాజ్యములఁ బాసి నీదుకొఱకు
భాసురాంగిరో! చూడు సన్యాసినైతి
మా— అకట! నా వ్రాఁతఫల మిట్లు ప్రకటమగుట
కిట్టి వేషంబు నీకయ్యెనే మహీశ.

నా మనోహరాంగి! ఇఁకఁ గార్యభాగము నాలోచింతము. నే నా నిచ్చెన దెచ్చి యీగోడ కానించి నీకీ కాషాయవస్త్రఖడ్గముల నందించెదను. నీవీ కాషాయమును గిటికిటికమ్మలలో నొక నైపునఁ గలదానికిఁ బదిలముగాఁ గట్టి దిగవిడువుము. నేనంతలో నిచ్చెనం గొనివచ్చెదను. దీనిం బట్టికొనుము. (అని కాషాయము నెగరవైవ, మాలతి దానిం బట్టుకొని, చించి కమ్మికిం గట్టును)

సు—(నిచ్చెన దెచ్చి, యెక్కి, ఖడ్గమును వ్రేలాడు కాషాయమునకుం గట్టి) ప్రాణరత్నమా! దీనిం జేఁదుకొనుము.

మా—నాథా! ఇదిగో చేఁదికొంటిని. ఇఁక నేమి చేయుమంటిరి.

సు—కాషాయముఁ గట్టిన కమ్మి యొక్కటి దక్కఁ దక్కినవానిని ఖండింపుము

మా—ఆర్యపుత్త్రా! అట్లే యొనర్చెదను. మీరు ప్రక్కకుఁ దొలఁగుడు. (అని ఛేదించి) మఱి యేమి సెలవు?

సు—ఇఁక నేనా కాషాయ మూఁతగాఁ గొని యెక్కివచ్చెదను. (అని యెక్కుట నభినయించుచుండ)

మా—తిన్నఁగా! తిన్నఁగా! (అని కైయూఁత నిచ్చి పైకి లాగును)

సు—(హస్తస్పర్శసుఖ మభినయించి తనలో)

గీ. ఔర! యిది యేటివింత నా కూరకిటుల
నెపుడుఁ దటతటలాడదీ యెడఁద యహహ!
సుదతి సుకుమార దేహము సోకినంతఁ
గాళ్ళు తడఁబడె నెగపోత కానుపించె.

మా—(స్పర్శసుఖ మభినయించి, తనలో)

గీ. పఱచె నాదుఃఖములు పారవశ్య మొదవె,
లజ్జ మదిఁదోఁచెఁ గనుల కలతజనించె
మ్రాన్పడియె మేను, దొరకొనె మౌన మహహ!
యీమహానంద బాహుళ్య మెందుఁగలదు?

(అని యూరక మొగమువంచి నిలుచుండును)

సు—ఓ నాహృదయసంజీవినీ! పలుకకుంటివేల? నీవిట్లుండుటంగని యాత్మభవుఁడయ్యు నాకృతఘ్నుఁడలుకమెయిం బూములుకుల జడి నాడ లడల బడలించెడు. నెనరుంచుము. (అని కౌఁగిలించుకొని) తరుణీ! ఈ తప్పు మన్నింపుము.

గీ. ఒకటి రెండుఁగఁ జేయువా రుర్విఁగలరు
మూలమూలల విలుకాండ్రు, మోహనాంగి!
రెండు నొకటిగాఁజేయు దండిమగఁడు
పంచశరునాజ్ఞ కెదురె ప్రపంచమందు

(తనలో) నేటికిఁగదా ధన్యుఁడ నైతిని. (నర్మద చప్పున ప్రవేశించి)

న—అయ్యో! అయ్యో! ఆబాపఁడాదుష్టబుద్ధిచేతిలోఁబడెను. ఇఁక నేమిగతి! ఇఁక నేమిగతి!

సు—(సంభ్రమమున) ఏమి యేమి? నా ప్రియమిత్రుఁడా? భల్లూకభట్టా? ఎక్కడెక్కడ? చూపు చూపు. (అని నర్మదతోఁగలిసి నిష్క్రమించును)

మా—నాథా! వలదు. వలదు. పోవలదు. (అని వెంబడించును)

(తెరలో—నరుకుండి, పొడువుఁడి, కట్టుండి, కొట్టుండను కలకలము)
దుష్టబుద్ధి మెడఁద్రొక్కి సుమనోభిరాముఁడును, చోరుల నిద్దఱిని
బంధించి వీరసేనుఁడు భీమవర్మయును ప్రవేశింతురు)

సు—వీరసేనా! వీనికథ ముగిసినది మీ రాముక్రిక్రడులం జక్రిగా మేడ చక్రటికిం గొనిపొండు. భీమవర్మా! వీరసేనుని నీవెంటఁగొని చనుము.

వీర—భీమ—చిత్తము. చిత్తము. (నిష్క్రమింతురు)

(భల్లూకభట్టు ప్రవేశించి రాజుకాళ్ళపైఁబడి పడఁకుచు)

భ—మిత్రమా! నాపాలి దేవునివలె వచ్చి రక్షించితివి.

సు—చెలికాఁడా! లే లెమ్ము. నేఁజేయవలసినపని చేసితిని. దీని కింతేల? (లేవనెత్తును)

(మాలతి గొబ్బునఁ బ్రవేశించి రాజుం గాఁగిలించుకొని)

మా—నాథా! మీరిట్లు జయశీలురగుట నాభాగ్యము.

సు—(మాలతిని మన్నించి) నా మనోనాయకీ! దైవ మనుకూలించిన దుర్లభమె య్యది? సమయమునకు నా సేనానియు, భీమవర్మయు నేతెంచిరి. (భల్లూకభట్టుంగని) మిత్రమా! మాతల్లి ప్రభావతీదేవిని మేడకడకుం బిలిచికొని రమ్ము. (భల్లూకభట్టు నిష్క్రమించును)

మా—ఏమిరేమి! ప్రభావతీదేవిగారు వచ్చియున్నవారా?

(నర్మద తటాలునవచ్చి రాజు నడుగులపై వ్రాలఁగా)

సు—మా—ఏమిరేమి! లెమ్ము లెమ్ము. నిన్నెవ్వ రేమనిరి?

న—(లేవకయే) దీనజనమందారా! నాకుఁ బుత్త్రభిక్ష నిచ్చి రక్షింపుము. రక్షింపుము. నా కావృషుఁడొక్కఁడే కొడుకు.

మా—నెచ్చెలీ! లే లెమ్ము.

సు—నర్మదా! అభయహస్త మిచ్చితిని. మఱియు నియ్యోడంగల ధనమంతయు నీకొడుకున కొసంగితిని. (లేవఁదీయును)

మా—ప్రాణసఖీ! (కౌఁగిలించుకొని)

గీ. ప్రాణమానము లివియుఁ గాపాడి నన్నుఁ
బతినిగూర్చితి వతివ యీపాటివనికి
నేల యడలెదు నీఋణ మెట్టుదీఱు
వారిధికి నేత మెత్తఁగా నేరితరము.

(ఒక బంటు ప్రవేశించి)

బం—రాజాధిరాజమకుటాంచితపాదపద్మా! సకళత్రముగా మాళవపతి వచ్చియున్నవాఁడు. ప్రభావతీదేవిగారు మీ రాఁక కెదురుచూచుచున్నారు.

మా——నాతలిదండ్రులా? ఇక్కడకు వచ్చియున్నవారా? ఎచ్చటనున్నారు? ఎచ్చట నున్నారు? నాథా! ఇది నిజమా?

సు—ప్రాణరత్నమా! సంతోషవార్తలన్నియు నొక్కమ్మడి వర్షించుచున్నవి. వెళ్ళుదము. భటుఁడా! దారి చూపుము.

బం—ఇటు! ఇటు! (అందఱు నిష్క్రమింతురు)

(భల్లాకభట్టు వివాహద్రవ్యములను మోసికొని ప్రవేశించును)

నాదిఅదృష్టము. మా రాజుగారి వివాహ మిప్పుడే కానున్నది. ఇరుపార్శ్వములవారు వచ్చియున్నవారు. లక్ష్మీదేవి వనవిహారమరిగినట్లు, మహారాజులు వారికేమితక్కువ- తలఁచుకొన్నప్పుడే తలఁబ్రాలు. పాదూరిలోఁబోతురాజన్నట్టు యాజ్ఞికమంతయు నాదే. దారిద్ర్యహతము.

(అని వివాహసామగ్రి సన్నాహపఱచుకొని కూర్చుండును)

(సుమనోభిరాముఁడు, మాలతి, ప్రభావతి, మాళవుఁడు, భీమవర్మ, వీరసేనుఁడు, ప్రవేశింతురు)

(తెరలో- తూర్యధ్వని)

భ—లగ్నము సమీపించినది. వధూవరులను ముందునిలుపుఁడు. (సంకల్పము చెప్పి, వారి పేళ్ళు చెప్పి) తారాబలం చంద్రబలం తదేవ- సావధానాభవంతు సావధానా (అని కొంగులు ముడివేసి పాదములు తొక్కించి, పాణిపీడనము చేయించును)

అందఱు— మందాక్రాంత.

ఓహోహోహో! ముదమధికమై యుత్సవోత్కర్షమయ్యెన్
హాహాహూహూల్ శ్రుతిహితముగా హాయిగాఁ బాడుచున్నా
రాహాహాహా! ధమధమధమా యంచు ఘోషించె భేరుల్

భ—(చంకలు తట్టుకొనుచు)

హీహీహీహీ గుమగుమగుమాయించె నొబ్బట్లు బారెల్.

(తెర పడును.)